சிற்றம்பலம்

கி. வா. ஜகந்நாதன்

Title: Sitrambalam

Author: Ki. Va. Jagannathan

Language: Tamil

First Published on: 1953

Year of Publication: 2025

Book Format: Paperback

*Page Size: 6inch * 9inch*

Category: Religious

Subject: Religious Essays

No. of pages: 94

ISBN: 978-81-999253-4-2

Published by: Nilan Publishers, Madurai, Tamilnadu, India

பொருளடக்கம்

குறிப்புகளுக்காக

முகவுரை

சைவத் திருமுறைகள் பன்னிரண்டிலும் முதல் மூன்று திருமுறைகள் திருஞானசம்பந்தப் பெருமான் திருவாய் மலர்ந்தருளியவை. இந்த மூன்று திருமுறைகளிலும் இப்போதுள்ள பதிகங்கள் 383. இவற்றில் முதல் திருமுறையில் 136 திருப்பதிகங்களும், இரண்டாம் திருமுறையில் 122 பதிகங்களும், மூன்றாந் திருமுறையில் 125 பதிகங்களும் அடங்கியுள்ளன. திருமுறைகண்ட புராணத்தில் நம்பியாண்டார் நம்பிகள்,

"பண்புற்ற திருஞான சம்பந்தர் பதிகம்முந்நூற் றெண்பத்து நான்கினால் இலங்குதிரு முறைமூன்று"

வகுத்ததாக ஒரு செய்தி இருக்கிறது. 384 பதிகங்கள் என்று அங்கே காணப்படினும் அடங்கன் முறையில் 383 பதிகங்களே இருக்கின்றன. விட்டுப்போன பதிகம் இன்னதென்று தெரியவில்லை. அரசாங்கத்தின் முயற்சியால் கல்வெட்டுகளை ஆராயும் ஆராய்ச்சி தொடங்கிய பிறகு திருவிடைவாய் என்னும் தலத்துக்குரிய திருஞானசம்பந்தர் தேவாரப் பதிகம் ஒன்று கல்வெட்டிலிருந்து கிடைத்தது. அது நம்பியாண்டார் நம்பிகள் வகுத்த பதிகங்களில் அடங்காததென்றே தோன்றுகிறது. இராசராச சோழனும் நம்பியாண்டார் நம்பிகளும் தில்லைத் திருக்கோயிலில் தேவாரம் எழுதியிருந்த ஏட்டுச் சுவடியைக் கண்டுபிடித்து எடுத்தபோது அவ்வேடு கறையானால் மூடப்பட்டிருந்தது. பிறகு எண்ணெயை ஊற்றிக் கரையானைப் போக்கி ஏட்டை எடுத்துப் பார்க்கும்போது பதிகங்கள் சிதைந் திருந்தன. அதைக் கண்டு மன்னன் வருந்தியபோது, "ஈண்டு வேண்டுவன வைத்தோம்'' என்று அசரீரி வாக்கு எழ, அப்பால்,

கிடைத்தவற்றை ஒழுங்குபடுத்தத் தலைப்பட்டார்கள். இந்தச் செய்தியைப் பின்வரும் பாடல்கள் தெரிவிக்கின்றன:

ஐயர் நடமாடும்அம் பலத்தின் மேற்பால்
அருள்பெற்ற மூவர்தம தருள்சேர் செய்ய
கையதுவே இலச்சினையாய் இருந்த காப்பைக்
கண்டவர்கள் அதிசயிப்பக் கடைவாய் நீக்கிப்
பொய்யுடையோர் அறிவுதனைப் புலன்கள் மூடும்
பொறப்பதுபோல் போதமிகும் பாடல் தன்னை
நொய்யசிறு வன்மீகம் மூடக் கண்டு
நொடிப்பளவி னிற்சிந்தை நொந்த வேந்தன்.

பார்த்ததனைப் புறத்துய்ப்ப உரைத்து மேலே
படிந்திருந்த மண்மலையைச் சேரத் தள்ளிச்
சீர்த்ததில் தயிலமலி கும்பங் கொண்டு
செல்லுநனை யச்சொரிந்து திருஏ டெல்லாம்
ஆர்த்தஅரு ளதனாலே எடுத்து நோக்க
அலகிலா ஏடுபழு தாகக்கண்டு,
தீர்த்தமுடிக் கணிபரனே பரனே என்னச்
சிந்தைதளர்ந் திருகண்ணீர் சோர நின்றான்.

ஏந்துபுகழ் வளவன் இவ்வா றன்பி னாலே
இடர்க்கடலின் கரைகாணா தினையுங் காலை
சார்ந்தமலை மகள்கொழுநன் அருளால், வேதச்
சைவநெடுத் தலைவரெனும் மூவர் பாடல்
வேய்ந்தனபோல் மண்மூடச் செய்தே ஈண்டு
வேண்டுவன வைத்தோம்என் றுலகில் உள்ள
மாந்தரோடு மன்னவனும் கேட்கும் ஆற்றால்
வானகத்தில் ஓரோசை எழுந்த தன்றே.'

இப்போது கிடைத்துள்ள திருப்பதிகங்களிலும் சில பதிகங்களிற் சில பாசுரங்கள் இல்லை.' சில பாசுரங்கள் முழுமையாக இல்லை.' சிதலாலே குறைவுற்ற ஏட்டிலிருந்து கிடைத்தவை என்பதற்கு இப்படி உள்ள குறைகள் சான்றாகும்.

பெரிய புராணத்தில் திருஞானசம்பந்தர் பல இடங்களுக்குச் சென்று திருப்பதிகம் பாடியதாகச் சேக்கிழார் சொல்லுகிறார். ஆனால் சில தலங்களின் திருப்பதிகங்கள் இப்போது கிடைக்கவில்லை.' இதனால் இப்போதுள்ள தேவாரப் பதிகங்களையல்லாமல் வேறு பதிகங்களும் தமிழ்நாட்டில் வழங்கிவந்தன என்பது தெரியவரும்.

மூன்றாந் திருமுறையில் காந்தார பஞ்சமம்; கொல்லி, கொல்லிக் கௌவாணம், கௌசிகம், பஞ்சமம், சாதாரி, பழம் பஞ்சுரம், புறநீர்மை, அந்தாளிக் குறிஞ்சி என்ற ஒன்பது பண்களில் அமைந்த பதிகங்கள் இருக்கின்றன.

சந்த வகையாலும் எழுத்தமைப்பு முதலியவற்றாலும் வேறுபடுகின்ற நாலடிமேல் வைப்பு, திருவிருக்குக் குறள், திருவிராகம், வழிமொழித் திருவிராகம், திருமுக்கால், ஈரடி, திருஇயமகம், மாலைமாற்று என்ற வகைப் பாடல்கள் இந்தத் திருமுறையில் இருக்கின்றன.

தம்முடைய தந்தையார் வேள்வி செய்யும் பொருட்டுப் பொன் பொறுதற்காக ஞானசம்பந்தர் பாடிய பதிகமும், ஆற்றைக் கடக்கப் பாடியதும், பாண்டியனைச் சுரநோய் பற்றும்படி பாடியருளியதும், ஏடு வையையின் எதிரே செல்லப் பாடிய திருப்பாசுரமும், சமணர்களோடு வாதிட இறைவன் அருள் செய்ய வேண்டுமென்று வேண்டியதும், திருமணத்தின் போது பாடியதும், சோதியிற் கலக்குமுன்பு பாடிய நமசிவாயத் திருப் பதிகமும், ஐந்தெழுத்தின் பெருமையைச் சொல்லும் பஞ்சாக்கரப் பதிகமும் இந்தத் திருமுறையில் உள்ளன.

மூன்றாந் திருமுறையிலிருந்து எடுத்த பதினொரு பாடல்களுக்குரிய விளக்கத்தை இப்புத்தகத்தில் காணலாம். தில்லை, திருவாவடுதுறை, திருக்கழுமலம், திருக்கானப்பேர், திருவேடகம், திருக்காளத்தி, திருக் கருகாவூர், திருவைகாவூர் என்னும் தலங்களைப்பற்றிய பாடல்கள் எட்டும், பொதுப் பாடல்கள் மூன்றும் இங்கே விளக்கம் பெறுகின்றன.

தமிழ்நாட்டில் தேவாரம் எழுந்ததற்கு முன்பே சிவாலயங்கள் இருந்து வந்தன. அடியார்கள் அவ்வவ்வூர்களிலிருந்து ஆலய வழிபாடு செய்து வந்தார்கள். தமிழர்களுக்குக் கடவுள் உணர்ச்சியும் கடவுள்பால் அன்பும் பல காலமாக இருந்து வருகின்றன. இப்போது கிடைக்கும் நூல்களில் மிகப் பழையது தொல்காப்பியம் என்னும் இலக்கணம். அதற்கு அப்பால் எழுந்த நூல்களில் பழையவை கடைச்சங்க நூல்கள் என்று வழங்கும் பத்துப் பாட்டு, எட்டுத் தொகை என்னும் தொகை நூல்கள். இந்த நூல்களிலுள்ள குறிப்புகளைக் கொண்டு பார்த்தால் தமிழ் மக்கள் சிவபிரான், முருகன், திருமால், பலதேவர், காளி, இந்திரன், வருணன், கதிரவன் முதலிய தெய்வங்களை வணங்கி வந்தார்க ளென்பது தெளிவாகும். தெய்வங்களுக்கு உருவம் அமைத்தும், மரம் முதலியவற்றில் எழுந்தருளி யிருப்பதாகக் கொண்டும் வழிபட்டார்கள். மரத்தினடியில் திருவுருவங்களை வைத்து வணங்கினர். கடவுளைப் பூசிக்கும் வழக்கத்தையுடைய சில வகுப்பினர் இருந்தனர். மதுரை, திருப்பரங்குன்றம், திருச்சீரலைவாய், திருவாவினன்குடி, பழமுதிர் சோலை மலை, திருவேரகம், திருமருதந்துறை, புகார், காஞ்சீபுரம் முதலிய தலங்களில் தெய்வங்களின் திருக்கோயில்கள் இருந்தன என்பதை மேலே சொன்ன நூல்களால் உணரலாம். வரவரப் பிற்காலத்தில் திருக்கோயில்களின் கட்டிட அமைப்பு விரிந்தது; குகைக் கோயில்களும், கற்கோயில்களும் வந்தன.

மூவர் தோன்றித் தேவாரம் பாடிய பிறகு தமிழ் மக்களுக்கு கடவுள் உணர்ச்சி மிகுதியாயிற்று. தல வழிபாட்டில் ஊக்கம் வளர்ந்தது. தேவாரப் பதிகங்களைப் பக்தியோடு ஓதத் தொடங்கினர். திருமுறைகளை நம்பியாண்டார் நம்பி வகுப்பதற்கு முன்பே திருப்பதி கங்களைத் தலந்தோறும் ஓதும் வழக்கம் உண்டாயிற்று. பழைய காலத்துச் சிலா சாசனங்களில் வரும் குறிப்புக் களால் இந்தச் செய்தியை அறியலாம். இராசராச சோழன் தேவாரங்களைக் கண்டெடுத்து நம்பியாண்டார் நம்பிகளைக் கொண்டு திருமுறைகளாக வகுத்த பிறகு, தல வழிபாடும் தேவாரம் ஓதுவதும் பின்னும்

பெருகின. அப்பால் இரண்டாம் குலோத்துங்கன் காலத்தில் சேக்கிழார் பெரிய புராணம் பாடி நாயன்மார்களின் பெருமையைத் தமிழுலகம் நன்கு அறியச் செய்தார். அதுமுதல் நாயன்மார்களிடம் தமிழ் மக்களுக்கு அன்பு அதிகமாயிற்று. அவர்களிலும் சிறப்பாக மூவருடைய வரலாறுகளை உணர்ந்தும் அவர்களுடைய திருப்பதிகங்களை ஓதியும் இன்புற்றனர். பொதுவாக எல்லாத் தலங்களையும் மக்கள் வழிபட்டு வந்தாலும் தேவாரம் பெற்ற தலங்களுக்குத் தனி மதிப்பு மிகுதியாக ஏற்பட்டது.

ஆலயங்களில் வழிபாட்டு வகைகள் விரிந்தன. சோழ அரசர்களுக்குப் பின்பு வந்த மன்னர்களும் ஆலயங்களை விரிவாக அமைத்தனர். அதன் பின்பு சென்ற நூற்றாண்டில் தனவணிக மக்கள் தேவாரம் பெற்ற தலங்களிலுள்ள சிவாலயங்களை மிகச் சிறந்த வகையில் கட்டினர்.

இவ்வாறு தல வழிபாடு சிறப்படைய அடைய அவற்றைப் பற்றிய புராணங்களும், பிரபந்தங்களும் கணக்கில்லாமல் எழுந்தன. சில தலங்களுக்கு ஒன்றுக்கு மேற்பட்ட புராணங்கள் பாடப்பெற்றன. புலவர்கள் தல புராணங்களிலே தங்கள் புலமைத் திறத்தைக் காட்டத் தொடங்கினர். வடமொழியில் தல புராணங்களுக்கு, இலக்கியமாக வைத்து எண்ணப்பெறும் நிலை இல்லை. தமிழிலோ, பல பெரிய புலவர்கள் புராணங்களைக் காப்பியமாகவே இயற்றத் தொடங்கினர். சைவ எல்லப்ப நாவலர், சிவஞான சுவாமிகள், கச்சியப்ப முனிவர், மகா வித்துவான் மீனாட்சிசுந்தரம்பிள்ளை முதலிய புலவர்கள் பூராணங்களைக் காப்பியச் சுவை அமையும்படி இயற்றியிருக்கிறார்கள்.

தலங்களில் மண்டப வகைகளும், பசு மடங்களும், வேத பாடசாலை, தேவார பாடசாலை, ஆகம பாட சாலைகளும், திருவிழாக்களும் விரிவாக ஏற்பட்டன. முப்பது ஆண்டுகளுக்கு முன் வரையிலும் இந்தத் தலப் பற்று தமிழ் நாட்டில் வளர்ந்து கொண்டே வந்தது. இவ்வாறு கடவுளுணர்ச்சியும் தல வழிபாடும் வளர்ந்து வந்ததற்கு

மூலகாரணம் தேவாரத் திருப்பதிகங்களென்றே சொல்லவேண்டும்.

தேவாரம் ஓதும் ஓதுவார்கள் ஆலயங்களில் திருப்பதி கங்களை ஓதி வந்தார்கள். இப்போதும் பலர் அங்கங்கே உள்ளனர். ஆயினும் தேவாரத்தின் இலக்கியச் சுவையை உணர்ந்து இன்புறும் முறை தமிழ் மக்களிடத்தில் வளரவில்லை. சிவஞான போதம் முதலிய சாத்திரங்களுக்கு உரைவகுத்த பெரியோர் அங்கங்கே பாடல்களை மேற்கோளாகக் காட்டினர். நச்சினார்க்கினியர் எங்கோ ஓரிரண்டு இடங்களில் சுட்டிப் போயினர். தேவாரத்துக்கு உரை காணவோ, அதன் இலக்கிய நயத்தை ஆராயவோ பலர் முற்படவில்லை. அதனால் ஓதுவார்கள் ஓதுவதைத் தவிரத் தேவாரத்துக்கு வேறு பயன் இல்லாமற் போய்விட்டது. சொற்பொழிவாளர்கள் சில பாசுரங்களை மேற்கோளாகக் காட்டிப் பேசினர். தமிழ்ப் பாட புத்தகங்களில் முன்பு தேவாரப் பதிகங்களைச் சேர்த்து வந்தனர். தமிழ் வித்துவான் தேர்வுக்குத் திருமுறைகளில் எதையாவது பாடமாக வைத்தார்கள். இப்போது இந்த வழக்கம் நின்று விட்டது.

இந்த நிலையில் தேவார அறிவு தமிழ் மக்களிடத்தில் வளராமல் இருப்பது வியப்பன்று. வரவரக் குறைந்து போகுமாயின் அதுவும் வியப்பாகாது. பண்ணோடு முறையாகத் தேவாரத்தைப் பாடுவது கூட இப்போது அருகி வருகின்றது. பழைய மரபு என்றால் வேப்பங் காயாக எண்ணும் சிலர், தேவாரம் பாடும் புண்ணியச் செயலை உடையவராக இருந்தும், அப்பாடல்களுக்குரிய பண்ணை மாற்றிச் சினிமாமெட்டில் பாடுவதற்கும் துணிந்து விட்டார்கள். வேதமாக எண்ணிப் பக்தியுடன் பாடுவதற்குரியது தேவாரம். வேதத்துக்குச் சுரம் அமைந்தது போலத் தேவாரத்துக்குப் பண்கள் அமைந்திருக்கின்றன. திருமுறைகளைக் கண்டெடுத்த இராசராசன் அவற்றை அப்படியே வெளிப்படுத்தாமல், பண்களுடன் பாடுவது இன்றியமையாதது என்று அறிந்தே திருநீலகண்ட யாழ்ப்பாண நாயனாருடைய மரபிலுதித்த

மங்கையொருத்தியின் உதவியினால் பண்களை அமைக்கச் செய்தான். தேவாரத் திருமுறைகளின் வகுப்பே பண்ணை அடிப்படையாகக் கொண்டது. இன்ன இன்ன பண்ணுக்கு இத்தனை பதிகங்கள் என்ற வரையறையை இந்த வகுப்பில் காணலாம். அப்படியிருக்கப் பண்களை மாற்றி ஓதுவதும், சினிமாப் பாட்டாக எண்ணும்படி ராகம் அமைத்து ஓதுவதும் தேவாரத்துக்குரிய தெய்விகப் பண்பைக் குறைத்துவிடும்.

தேவாரம் ஓதுவதும், தேவாரத்தின் இலக்கியச் சுவையை நுகர்ந்து இன்புறுவதுமாகிய செயல்கள் தமிழ் மக்களிடத்தில் மிகுதியாக இருக்கவேண்டும் என்ற விருப்பத்தினால் இதனை இங்கே தெரிவிக்கலானேன். திருமாலடியார்கள் திவ்யப் பிரபந்தத்தைப் பாதுகாக்கும் முறையையும், அதற்கு உரை பல தோன்றிச் சிறப்புற்று விளங்கும் செய்தியையும் நினைத்துப் பார்த்தால் தேவாரத்துக்குச் சிவனடியார்கள் செய்தது எள்ளளவுகூட இல்லை என்பது தெரியவரும்; தேவாரம் மீண்டும் பழைய நிலையைப் பெறுவதோடு, அதிலுள்ள இலக்கியச் சுவையை அறிந்து இன்புற்றும் பிறரை இன் புறச் செய்தும் வரும் முயற்சிகள் பல்க வேண்டுமென்று இறைவன் திருவருளை வழுத்துகிறேன்.

கி.வா. ஜகந்நாதன்

சிற்றம்பலம்

சிவபெருமான் எழுந்தருளியிருக்கும் தலங்கள் பல. சிவபெருமானுடைய வழிபாடு எந்தக் காலத்தில் உண்டாயிற் றென்று இன்னும் வரையறுக்க முடியவில்லை. சிந்து வெளியில் மொகெஞ்சதரோவில் ஐயாயிரம் ஆண்டுகளுக்கு முன் வாழ்ந்த மக்கள் சிவலிங்கப் பெருமானை வழிபட்டு வந்தார்கள் என்ற செய்தி அந்தப் பகுதியில் அகழ்ந்தெடுத்த பழம்பொருட் சிதைவுகளால் தெரியவருகிறது.[*"Among the revelations that Mohenjadaro and Harappa had in store for us none perhaps is more remarkable than this discovery that Saivism has a history going back to the chalcolithic age or perhaps even further still and that it thus takes place as the most ancient living faith in the world." -Sir John Marshall.*] பாரதநாட்டில் சிவ வழிபாடு இருந்ததோடன்றி, ஜாவா முதலிய நாடுகளிலும் *[Relation of Indian Art with Java by Dr.J.Ph. Vogel, pp.17.1]* இருந்தது என்பதை ஆராய்ச்சியாளர்கள் கண்டுபிடித்து உரைக்கின்றனர்.

இவ்வாறு உலகில், பல இடங்களிலே பரவியிருந்த சிவழிபாடு தமிழ்நாட்டில் சிறப்பாக நிலவுகிறது. சிவ பெருமானுக்குரிய கோயில்கள் இந்த நாட்டில் இருப்பது போல வேறு எங்கும் இல்லை. ஊர்தோறும் கோயில்கள் பல இன்றும் இருக்கின்றன.

"கோயிலில்லா ஊரில் குடியிருக்க வேண்டாம்"

என்பதும், "ஊரானோர் தேவகுலம்" என்ற மேற்கோளும் தெய்வத் திருக்கோயில்களின் அவசியத்தை உணர்த்துகின்றன.

திருக்கோயில் இல்லாத ஊர் திருவில்லாத ஊரென்றும், மக்கள் வாழாமல் விலங்கினங்கள் வாழும் காட்டுக்கு ஒப்பான தென்றும் அப்பர் சுவாமிகள் அருளுகிறார்.

"திருக்கோயில் இல்லாத திருவில் ஊரும்

அவையெல்லாம் ஊரல்ல; அடவி காடே."

அந்த அந்த ஊரில் உள்ள மக்கள் தங்கள் ஊரில் உள்ள திருக்கோயில்களில் நாள்தோறும் வழிபட்டார்கள். சில சிறப்பான நாட்களில் வேறு தலங்களுக்கும் சென்று இறைவனைத் தரிசித்து வந்தார்கள். சில தலங்கள் தம்பால் வந்து வழிபட்டுப் பேறுபெற்ற பெரியோர்களால் மிக்க சிறப்பைப் பெற்றிருக்கின்றன. இறைவனுடைய கருணைத் திருவிளையாடல்கள் பல நிகழ்ந்தமையால் பல தலங்கள் பெருமை பெற்றன. இறைவன் அறுபத்து நான்கு திருவிளையாடல்களை இயற்றிய மதுரை மிகப் பெரிய தலம் என்பதைத் தமிழ்நாட்டார் நன்கு அறிவார்கள்.

இவ்வாறு சிறப்புப் பெற்ற தலங்கள் பல இருந்தாலும் சைவர்கள் எல்லாத் தலங்களிலும் முதலில் வைத்து எண்ணும் சிறப்பை உடையது சிதம்பரம். அது கோயில்கள் யாவற்றினும் சிறப்புடையது; ஆதலால் வேறு அடை ஒன்றும் இன்றிக் கோயில் என்று வழங்கும் தனிப்பெருமை அதற்கு அமைந்தது. பட்டினத்துப் பிள்ளையார் சிதம்பரத்தைப் பற்றிப் பாடிய நூல் ஒன்றுக்கு, 'கோயில் நான்மணிமாலை' என்ற பெயர் அமைந்திருக்கிறது. [சிதம்பரத்திற்குரிய புராணங்களில் உமாபதி சிவாசாரியார் இயற்றிய புராணத்திற்கு, கோயிற் புராணம் என்ற பெயர் இருத்தல் இங்கே நினைத்தற்குரியது.]

மாணிக்கவாசகப் பெருமான், தில்லையில் நடனமாடும் கூத்தப்பிரானுடைய திருவடியே பல்லுயிருள்ளும் பயில்கின்றது என்று பாடுகிறார்.

"தில்லை மூதூர் ஆடிய திருவடி
பல்லுயிர் எல்லாம் பயின்றன னாகி"

என்பது அவர் பாட்டு. சேக்கிழார் பெருமான் அம்பலத்தாடு வானைப் பலபடியாகப் பாராட்டுவார். தேவாரம் மீண்டும் உலகத்தாருக்குக் கிடைத்த இடம் தில்லையே. தேவாரம்

பாடுவார் எந்தத் தலத்தின் பதிகத்தைப் பாடினாலும் 'திருச்சிற்றம்பலம்' என்று சொல்லித் தொடங்குவதும், 'திருச்சிற்றம்பலம்' என்று சொல்லி முடிப்பதும் வழக்கம்.

சுந்தரமூர்த்தி நாயனார் திருவாரூரில் திருத்தொண்டத் தொகை பாடத் தொடங்கினார். பல ஊர்களில் இருந்த நாயன்மார்களைப் பற்றிப் பாடத் தொடங்கிய பொழுது, இறைவன் திருவருளால் முதற்பகுதி வானொலியாக வந்தது.

"தில்லைவாழ் அந்தணர்தம் அடியார்க்கும் அடியேன்"

என்ற முதல் அடியின் முதற்பகுதியே அது. தில்லையை முதலில் நினைக்கச் செய்த திருவருள் அதன் வாயிலாக அத்தலத்தின் தலைமையையும் எடுத்துக் காட்டியதென்றே கொள்ள வேண்டும்.

சிதம்பரத்திற்குரிய பழம்பெயர் பெரும்பற்றப் புலியூர் என்பது. புலியூர் என்பது அதன் இயற்பெயர். அது உள்ள பகுதி பெரும்பற்று. பல புலியூர் இருத்தலினால் இதனைச் சுட்டிக் காட்டப் பெரும்பற்றப் புலியூர் என்று சொல்லும் வழக்கம் ஏற்பட்டது. தில்லை என்னும் மரம் இத்தலத்தில் சிறப் புடையதாதலால் இதற்குத் தில்லை வனம், தில்லை என்ற பெயர்கள் அமைந்தன. மதுரைக்குக் கடம்ப வனம் என்று தலத்துக்குரிய நன்மரத்தால் பெயர் அமைந்தது போன்றது இது.

இங்கே இறைவன் ஆடும் இடம் சிற்றம்பலம். சிவலிங்கப் பெருமான் எழுந்தருளிய இடம் திருமூலட்டானம். நடராசப் பெருமானுடைய சந்நிதியே சிறப்புடையதாதலால் அதனைத் தில்லைச் சிற்றம்பலம் என்று வழங்குவர். திருக்கோயில் முழுவதுக்குமே சிற்றம்பலம் என்ற பெயர் பிறகு அமைந்தது.

பேரம்பலம் என்ற பகுதி ஒன்றும் திருக்கோயிலில் இருப்பதால் இறைவன் ஆடும் இடத்தைச் சிற்றம்பலம் என்று வழங்கினர்.

"சிற்றம் பலமும் திருப்பெரும்பே ரம்பலமும்
மற்றும் பல்பல மண்டபமும்"

என்று ஒட்டக்கூத்தர் இந்த இரண்டு அம்பலங்களையும் வைத்துப் பாடுகின்றார்.

நாளடைவில் சிற்றம்பலம் சித்தம்பலமாகிப் பின்பு சிதம்பரம் ஆயிற்றென்று தோன்றுகிறது. 'சித்தாகிய அம்பரம், சிதாகாசம்' என்று பொருள் விரித்தார்கள். இறைவன் ஞானவெளியில் நடனம் புரிகின்றான் என்ற அற்புதமான உண்மையை நினைப்பூட்டும் வகையில் சிற்றம்பலம் என்ற பெயர் சிதம்பரம் என்று மாறியது. பின்னும் சிறப்பான பொருளைத் தருவதனால் சிதம்பரம் என்ற பெயரே உலக வழக்கில் இப்போது மிகுதியாக வழங்கலாயிற்று. ஆயினும் இலக்கியங்களிலும் சாசனங்களிலும் சிற்றம்பலம் என்ற பெயரே ஆட்சிபெறுகிறது.

தில்லைவாழந்தணர்கள் அக்காலத்தில் மூவாயிரவர் இருந்தனர். இறைவனே அம்மூவாயிரவர்களில் முதல்வன். தில்லைவாழந்தணருக்கு நடராசப் பெருமானை வழிபடுவதை யன்றி வேறு வேலையும் கடமையும் இல்லை. அவர்களுக்கு அதுவே தொழில்; அதுவே பொழுதுபோக்கு; அதுவே அறம்; அதுவே பொருள் தரும் ஆறு; அதுவே இன்பந்தரும் செயல்; அதுவே வீட்டு நெறி. அவர்களுடைய வழிபாட்டை ஏற்று மகிழும் சிற்றம்பலத்துப் பெருமானைத் திருஞானசம்பந்தர் பாடுகிறார்.

அவர் பாடிய தேவாரத்தில் மூன்றாம் திருமுறையில் முதல் திருப்பதிகம் சிற்றம்பலத்தைப் பற்றியது. உயர்ந்தவர்கள் உறைகின்ற தில்லையில், பண்டைக் காலம் முதல் நாளுக்கு நாள் புகழ் ஏறிவருகின்ற சிற்றம்பலத்தில் எழுந்தருளியிருக்கும் ஈசனை, ஊறும் இன்தமிழும் இசையும் கலந்து விளங்க இத்திருப் பதிகத்தைப் பாடியருளினார். ["நாறு பூம்பொழில் நண்ணிய காழியுள் - நான்மறை வல்லஞான சம்பந்தன், ஊறும் இன்தமிழால் உயர்ந்தார் உறைதில்லை

தன்னுள்; ஏறு தொல்புகழ் ஏந்து சிற்றம்பலத் - தீசனை இசையாற் சொன்ன பத்திவை, கூறுமாறு வல்லார் உயர்ந்தாரொடுங் கூடுவரே" என்பது திருக்கடைப் காப்பு.]

இறைவனுக்கு நாள்தோறும் சிற்றம்பலத்தில் பூசை நிகழ்கின்றது. இப்போது சந்திரமௌளீசுவரர் என்று வழங்கும் ஸ்படிகலிங்கப் பெருமானுக்கும் ரத்தினசபாபதி என்ற திருமேனிக்கும் நாள்தோறும் அபிடேகங்கள் உண்டு. நடராசப் பெருமானுக்கு ஆண்டுக்கு ஆறுமுறை அபிடேகம் நிகழும்.

சிற்றம்பலத்தில் இறைவனுக்கு நடைபெறும் ஆராதனைக்கு என்ன குறை? அபிடேகத்தின் சிறப்பை எவ்வளவு சொன்னாலும் தகும். இறைவன் நறு நெய்யிலே ஆடுகிறான்; பாலிலே ஆடுகிறான்; தயிரிலே ஆடுகிறான். இவ்வளவு ஆட்டும் நடைபெறுவதற்கு அங்குள்ள மூவாயிரவராகிய அந்தணர்களின் அன்பே காரணம். அவர்கள் என்றும் நடராசமூர்த்தியைப் பிரியாமல் உறைகிறவர்கள். அவர்கள் பிரியாத சிற்றம்பலத்தைச் சிறந்த திருக்கோயிலாகவும் தனக்கு விருப்பமான இடமாகவும் நாடி அங்கே இறைவன் எழுந்தருளியிருக்கிறான். அபிடேகங்கள் ஆனபிறகு அந்தணர் மலரிட்டுப் பூசிக்கிறார்கள். பல வகையான மலரால் அருச்சித்து வழிபடுகிறார்கள். அந்த மலர்களுக்குள்ளே பொன்னிறம் படைத்ததும் நறுமணம் உடையதும் ஓங்காரத்தை நினைப் பூட்டுவதுமாகிய கொன்றை மலரை இறைவன் விரும்பி ஏற்றுக்கொள்கிறான். மற்றவை யாவும் அருச்சனைக்குரிய மலர்களேயானாலும் இறைவனுக்கு அடையாளப் பூவாகவும் கண்ணியாகவும் மாலையாகவும் இருப்பது கொன்றை மலர். அதனால் அந்தப் பூவினிடம் அவனுக்கு நயப்பு மிகுதி.

ஆடி னாய்நறு நெய்யொடு பால்தயிர்;
அந்த ணர்பிரி யாதசிற் றம்பலம்
நாடி னாய்இட மா! நறுங் கொன்றை
நயந்தவனே!

(நறுமணமுடைய பசுவின் நெய்யோடு அதன் பாலினாலும் தயிராலும் அபிடேகங் கொண்டருளினாய்; தில்லை மூவாயிரவராகிய அந்தணர்கள் என்றும் பிரியாமல் வழிபட்டுப் பூசித்து வாழ்கின்ற சிற்றம்பலத்தை உனக்குரிய இடமாக விரும்பி உறைகின்றாய்; நறுமணம் மிக்க கொன்றை மலரை விடுபூவாகவும் கண்ணியாகவும் மாலையாகவும் விரும்பினவனே!

ஆடினாய் - அபிடேகம் கொண்டாய். நாடினாய் - விரும்பினாய். இடமா - இடமாக. நயந்தவனே - விரும்பினவனே.)

திருச்சிற்றம்பலத்திலே வேதகீதமும் இசைப் பாடலும் இடையறாது முழங்கும். இறைவனுக்கு வேதமும் கீதமும் மிக்க விருப்பமானவை. அவன் வேதம் பாடுவாரையும் கீதம் பாடுவாரையும் உடன் வைத்துக் கொள்பவன். அவனே எப்போதும் வேதத்தைப் பாடிக்கொண்டே இருப்பவன். அதனை அருளிச் செய்தவனே அவன்றான். அது மேலும் மேலும் வளரும்படி செய்கிறவனும் அவனே. உலகில் வேறு யாரும் வேதத்தைப் பாடாமல் இருந்துவிட்டாலும் அவன் அதைப் பாடுதல் ஒழியமாட்டான். வேதம் நித்தியமானது என்று சொல்லும் சொல்லைப் பொருளுடையதாக்கும் பிரான் அவன். வேதத்தோடு வேறு பல கீதங்களையும் அவன் பாடுகின்றான்.

பாடி னாய்மறை யோடுபல் கீதமும்.

(மறை - வேதம். கீதம் - வேறு வகையான பாடல்கள். வேதமும் பாடலாதலின் அதனையும் பாடினாய் என்றார்.)

சிறந்த அபிடேகப் பொருள்களால் ஆடுதலை ஏற்றருளி அருச்சனையையும் உவந்தருளி அந்தணர் பிரியாத சிற்றம்பலத்தில் எழுந்தருளிய இறைவன் வேதமும் கீதமும் பாடும் இனியனாக இருக்கிறான். இவ்வளவும் அவனுடைய உயர்வைப் புலப்படுத்துகின்றன. அவனது தொடர்புடைய

பொருள்கள் யாவும் சிறந்தவை என்று எண்ணுகிறோம். அவை அவனுடைய பெருமையைப் புலப்படுத்துகின்றன.

ஆனால் அவன் சிரத்திலே பல சடைகள் இருக்கின்றன. அவற்றினிடையே அவன் அணிந்துள்ள சந்திரன் மாத்திரம் மேலே சொன்ன பொருள்களோடு ஒன்றாக வைத்து எண்ணுவதற்கு உரியதாகத் தோன்றவில்லை. அது முழுமதி அன்று; குறைமதி. அழகிய நிறம் உடையதன்று; வெறும் வெண்திங்கள். உள்ளீடு இல்லாத பொருளை வெள்ளை என்று சொல்வது வழக்கம். முழுமையும் உள்ளீடும் இல்லாத பொருளாக இருக்கிறது திங்கள். அதினிடத்திலிருந்து வரும் கதிரோ குளிரை உடையது; பனியைக் காலும் கதிர். அந்தச் சந்திரனுடைய பழங்கதையை நினைத்தாலோ உள்ளம் படபடக்கும். சந்திரன் தன் குருவின் இல்லாளை விரும்பின பாவி; இறைவனை மதிக்காமல் தக்கன் செய்த யாகத்திற்கு உணவிச்சையால் சென்ற குற்றவாளி. பழியும் பாவமும் நிரம்பியவன். பாவஞ் செய்து உடல் குறைந்து உள்ளீடின்றி இருக்கும் அவனை இறைவன் தன் தலையின் மேற் சூடியிருக்கிறான். எந்தத் திருமுடியின் மேல் சிற்றம்பலத்தைப் பிரியாமல் உறைகின்ற அந்தணர்கள் நறுநெய்யும் பாலும் தயிருங் கொண்டு அபிடேகம் செய்கிறார்களோ, எந்தத் திருமுடியின்மேல் இட்டு அருச்சனை செய்கிறார்களோ, எந்தத் திருமுடியின் மேல் இறைவன் நறுங்கொன்றையை நயந்து கண்ணியாகச் சூடியிருக்கிறானோ, அந்தத் திருமுடியில் பாவம் செய்த உள்ளமும் உருக்குலைந்த உடம்பும் வெண்மை நிறமும் பனிகாலும் கதிரும் உடையவன் இருக்கிறான்!

இதற்குக் காரணம் என்ன? இறைவனுடைய கருணை தான். சந்திரனுடைய பாவத்தை மறந்து, புண்ணியம் செய்யும் அந்தணர் ஆட்டும் அபிடேகத்தை அவனும் பெறும்படி திருமுடிமேல் வைத்தான். இன்று தில்லையில் நாள்தோறும் அபிடேகம் செய்யப்பெறும் பெருமானுக்குச் சந்திர மௌளீசுவரர் என்ற திருநாமம் வழங்குதல் நினைவு கொள்வதற்குரியது. இறைவன் திங்களைச் சூடியவன் என்பதை நினைப்பிக்கும் திருநாமம் அல்லவா அது? பொன்

நிறமும் பொலிவும் பெற்ற நறுங்கொன்றையை நயந்த முடியில் திங்களை வைத்தான். சந்திரன் இறைவனுடைய திருவடியால் தேய்க்கப் பெற்றான். எப்படியோ அடியின் தொடர்பு உண்டாயினமையின் அவன் தன் பாவமும் பழியும் நீங்கப் பெற்று உயர்ந்த இடத்தில் ஏறிக்கொண்டான். அவனுடைய பழம்பழி நீங்கியது; தொல்வினை தொலைந்தது.

முதலில் மூவாயிரம் அந்தணர் அபிடேகம் செய்து அருச்சிக்கும் இறைவனைக் காணும்போது, 'இவன் அருள் நமக்குக் கிடைக்குமா?' என்ற ஏக்கம் உண்டாவது இயல்பு. மறையும் பல்கீதமும் பாடுகின்றான் என்பதை அறிந்தால் நமக்கு அரியன் என்ற எண்ணம் பின்னும் வலிமை பெறுகின்றது. ஆனால் அவன் சந்திரனை ஏற்றுக்கொண்டவன், அவனுடைய தொல்வினை சுருங்க அருளியவன் என்பதை நினைக்கும் போது, அவனுடைய கருணையை எண்ணி வியக்கத் தோன்றுகிறது. 'நமக்கும் அருள் செய்வான்; பிறவிதோறும் நம்மைத் தொடர்ந்து வரும் பழவினைகள் சுருங்கும்படி அருள்வான்' என்ற நம்பிக்கையும் உடனே உண்டாகிறது.

பல்ச டைப்பனி கால்கதிர் வெண்திங்கள்
சூடி னாய்; அரு ளாய் சுருங்கஎம்
தொல்வினையே.

(பலவாகிய சடையினிடையே பனியை வெளிப்படுத்துகின்ற கதிரையுடைய வெண்மையாகிய பிறையைச் சூடினாய்; அடியேங்களுடைய பழவினை சுருங்கி நையும்படி அருள்வாயாக.

கால் - வெளிவிடும். கதிர் - கிரணம். திங்கள் - இங்கே பிறை. சுருங்க - குறைந்து அழிய. தொல்வினை - பழவினை.)

சந்திரமௌளீசுவரனுக்கு நடைபெறும் பூசை கண்டு முதலில் அவன் பெருமையை எண்ணினார் சம்பந்தர்; அப்பால் அவன் திருநாமத்தைக் கேட்டு அவன் கருணையை நினைந்தார். மற்ற

மக்களுக்கெல்லாம் பிரதிநிதியாக நின்று இறைவனிடம் விண்ணப்பித்துக் கொள்கிறார்; ஆதலால், "சுருங்களம் தொல்வினையே" என்றார். தமக்கு ஒரு வினையும் இன்றி ஞானமயமாய் நின்ற திருஞான சம்பந்தர், இறைவன் வெண் திங்கள் சூடியமையை நினைப்பூட்டி அவனது கருணையைக் குறிப்பிடுகிறார். 'எம் தொல்வினை' என்று நம்மில் தாமும் ஒருவர்போல வைத்துப் பாடித் தம் கருணையையும் குறிப்பிடுகிறார்.

ஆடி னாய்நறு நெய்யொடு பால்தயிர்
அந்த ணர்பிரி யாதசிற் றம்பலம்
நாடி னாய்இட மா;நறுங் கொன்றை
நயந்தவனே!
பாடி னாய்மறை யோடுபல் கீதமும்
பல்ச டைப்பனி கால்கதிர் வெண்திங்கள்
சூடி னாய்;அரு ளாய்சு ருங்களம்
தொல்வினையே.

(நறுங்கொன்ற நயந்தவனே! நீ ஆடினாய்; நாடினாய்; பாடினாய்; ஆயினும் திங்கள் சூடினாய்; ஆதலின் அருளாய் என்று தொடர்பு படுத்த வேண்டும். ஆடினாய், நாடினாய், பாடினாய், சூடினாய் என்பவற்றையும் விளியாகக் கொண்டு பொருள் உரைப்பதும் பொருத்தமாக இருக்கும்.)

அதுவோ அருள்?

திருஞான சம்பந்தப் பெருமான் திருவாவடுதுறையென்னும் திருத்தலத்துக்கு வந்து சில காலம் தங்கினார். அத்தலம் சோழ நாட்டில் காவிரிக்குத் தென் கரையில் உள்ளது. உமாதேவியார் பசுவின் திருவுருவம் எடுத்து இறைவனைப் பூசிக்கப் பெருமான் எழுந்தருளி அத்தேவியின் பசுவுருவத்தை நீக்கி அணைத்துக் கொண்டு நின்றான். ஆவின் திருவுருவத்தை மாற்றிய தலமாதலின் ஆவடுதுறை என்ற திருநாமம் உண்டாயிற்று.

இந்தத் தலத்தில் ஞானசம்பந்தர் தங்கியிருந்த போது அவருடைய தந்தையார் தம் மரபுக்கு ஏற்பச் செய்ய வேண்டிய வேள்வியைப் புரிய எண்ணினார். தம்முடைய ஊராகிய சீகாழிக்குச் சென்று பிற அந்தணர்களுடன் சேர்ந்து வேள்வி செய்யப் பொருள் வேண்டியிருந்தது. இச் செய்தியை அவர் ஆளுடைய பிள்ளையாரிடம் தெரிவித்தார். தமக்கு என்றும் குறைவிலாத நிதியாக இருப்பவன் சிவபெருமானே என்று நம்பி வாழும் திருவருட் செல்வராகிய சம்பந்தர் திருவாவடுதுறை ஆலயத்திற்குட் சென்று, "தாம் வேள்வி செய்வதற்குரிய பொருள் வேண்டும் என்று எந்தையார் கேட்டார். என் கையிலே பொருள் இல்லை. கேட்பாருக்குக் கொடுக்க இயலாமல் எம்மை வைப்பதுதான் திருவருளுக்கு அழகோ?" என்ற கருத்தோடு ஒரு திருப்பதிகத்தைப் பாடினார்.

அப்போது இறைவன் திருவருளால் ஒரு பூதம் அங்கே வந்து ஆயிரம் பொன்னையுடைய கிழி ஒன்றை முன்னே இருந்த பீடத்தில் வைத்துச் சென்றது. அதைக் கண்டு இறைவன் அருளை எண்ணி வியந்து பாராட்டி உருகிய பிள்ளையார் அதனைத் தம் தந்தையாரிடம் கொடுத்தார். அப்பெரியார்

அக்கிழியைப் பெற்றுச் சென்று சீகாழியில் தாம் செய்ய வேண்டிய வேள்வியைச் செய்து நிறைவேற்றினார்.

இறைவன் திருஞான சம்பந்தருக்கு ஆயிரம் பொன் அளித்த இந்த அருட்செயலைத் திருநாவுக்கரசு நாயனார்,

"மாயிரு ஞால மெல்லாம் மலரடி வணங்கும் போலும் பாயிருங் கங்கை யாளைப் படர்சடை வைப்பர் போலும் காயிரும் பொழில்கள் சூழ்ந்த கழுமல ஊரர்க் கம்பொன் ஆயிரங் கொடுப்பர் போலும் ஆவடு துறைய னாரே"

என்று பாராட்டியிருக்கிறார்.

சம்பந்தர் தமக்கு வேண்டிய பொருளை வேறு யாரிடத்திலும் சென்று இரக்கும் தன்மை இல்லாதவர். அவருக்கு வேண்டிய பண்டங்கள் அவ்வப்போது இறைவன் திருவருளால் கிடைத்துக் கொண்டே இருந்தன. அதனால் தமக்கு ஒன்றும் குறைவில்லாமல் இறைவன் எழுந்தருளியிருக்கும் தலங்களுக்குச் சென்று வழிபட்டு வந்தார். இப்போது தந்தையார் பொருள் வேண்டுமென்று கேட்டபோதுதான் தம் கையிலே பொருள் ஒன்றும் இல்லை என்பதை உணர்ந்தார் சம்பந்தர். அதுகாறும் பொருள் இல்லாத குறையை உணரும் வாய்ப்பு வரவில்லை. பண்டங்கள் யாவும் கிடைத்துக் கொண்டே இருந்தன. அப்பண்டங்களை அடியார்களுக்கெல்லாம் பயன்படுத்தி இன்புற்றார். தனியே பணம் என்ற ஒன்று அவசியம் இல்லாமலே இருந்தது. நாணயம் அதிகமாக வழங்காத காலம் இது. நெல் இருந்தாற் போதும்; எல்லாப் பொருள்களையும் பெறலாம்.

இப்போது தந்தையார் பொருள் வேண்டும் என்று கேட்டபோது தான் சம்பந்தப் பெருமானுக்குப் பொன் என்ற ஒன்று இருப்பது நினைவுக்கு வந்தது. தந்தையாருக்கு வேண்டிய பொன்னை அளிக்க முடியாத நிலை தமக்கு இருப்பதை அவர் உணர்ந்தார். அவர் மனம் சிறிது தளர்ச்சி அடைந்தது. உடனே அது நீங்கியது. "அந்த மில்பொருள் ஆவன ஆவடு துறையுள் எந்தையார் அடித்தலங்கள்

அன்றோ?" என எண்ணினார்; உள்ளத்தே ஓர் எழுச்சி உண்டாயிற்று.

எத்தகைய இடர்ப்பாடு வந்தாலும், எத்தகைய குறைவு நேர்ந்தாலும், எத்தகைய துயரம் புகுந்தாலும் அவற்றை நீக்கி இன்பந் தருவது இறைவன் திருவடியே என்ற உறுதிப்பாடு உடையவர் அவர். ஆகவே இப்போது இறைவனுடைய திருக்கழலைத் தொழுதால் வாட்டம் நீங்கி எழலாம் என்று உணர்ந்தார்.

மனிதருக்கு வரும் துன்பங்கள் மூன்று வகை. அவற்றைத் தாபத்திரயம் என்று சொல்லுவார். அவை ஆதிதை விகம், ஆதி பௌதிகம், ஆத்தியாத்மிகம் என்பவை. மக்களாகப் பிறந்தார் இம் மூவகைத் துன்பங்களையும் அடைவர். ['பிறவித் துன்பங்களாவன தன்னைப்பற்றி வருவனவும், பிற உயிர்களைப் பற்றி வருவனவும், தெய்வத்தைப்பற்றி வருவனவும் என மூவகையான வருந்துன்பங்கள்' (திருக்குறள், 4-பரிமேலழகர் உரை.)]

மழை, காற்று, இடி, வெப்பம், கால மாறுபாடு, பூகம்பம் முதலியவற்றால் வரும் இடர்களை ஆதிபௌதிகம் என்று சொல்வர். பிறக்கும்போது உண்டாகும் துன்பம் நரை, திரை, மூப்பு, சாக்காடு என்பவற்றை ஆதிதைவிகத்தின்பாற் படுத்துவர். மெய்யிலும் மனத்திலும் வரும் நோய்கள், மக்களாலும் விலங்குகளாலும் பறவைகளாலும் வரும் துன்பங்கள் முதலியன ஆத்தியாத்மிகம் என்னும் வகையில் அடங்கும்.

இந்த மூன்று வகையான துன்பங்கள் வந்தாலும் இறைவனுடைய கழலே துணையென்று தொழுபவர் ஆளுடைய பிள்ளையார். "மழை முதலியவற்றால் இடர் உண்டானாலும், உடம்பு தளர்ந்தாலும் நோய் வந்து தொடர்ந்தாலும் உன்னுடைய திருவடிகளையே தொழுது நான் பெற்ற துன்பத்திற் கிடத்தலொழிந்து எழுச்சி பெறுவேன்" என்று திருப்பதிகத்தைத் தொடங்குகிறார்.

இடரினும் தளரினும் எனதுறுநோய்
தொடரினும் உனகழல் தொழுதுஎழுவேன்.

[இடர் வந்த காலத்திலும் தளர்ந்தாலும் எனது மிக்க நோய் வந்து தொடர்ந்தாலும் உன்னுடைய திருவடிகளையே தொழுது எழுச்சி பெறுவேன்.

இடரினும் - துன்பத்திலும். தளரினும் - தளர்ந்தாலும். தளர் என்பதை முதல்நிலைத் தொழிற்பெயராக்கித் தளர்விலும் என்று பொருள் கொள்வதும் பொருந்தும்; இடர் என்னும் பெயருக்கு ஏற்ப இதனையும் பெயராக்கும் வழி இது. எனது நோய், உறுநோய் என்று கூட்டவேண்டும். அவரவர்களின் வினைப் பயத்தால் அவரவரை நாடி வருவனவாதலின் எனது நோய் என்றார். உன: அகரம், பன்மை உருபு; கழல் என்பது கழல்கள் என்னும் பொருளையுடையது. கழல் என்பது வீரத்தைப் புலப்படுத்த ஒற்றைக்காலில் அணியும் மணி கட்டிய ஒருவகை அணி; வீர கண்டை அல்லது வீர வெண்டயம் என்றும் சொல்வது உண்டு. அது இங்கே அதனை அணிந்த திருவடிகளுக்காயிற்று. தொழுது எழுவேன் - தொழுது எழுவேன் - தொழுது அப்படித் தொழுததன் விளைவாக என் மனத் தளர்ச்சி நீங்கி எழுவேன்; எழுதல் இங்கே மனத்தின் செயல். உன்னைத் தொழுது பாயலினின்றும் எழுவேன் என்று பொருள் உரைப்பது இங்கே சிறப்பன்று.]

இடர் என்றது காலநிலை முதலியவற்றால் தடுப்பதற்கு அரியனவாகி வரும் துன்பங்கள். இவை ஆதிபௌதிகத் தின்பாற் பட்டவை. தளரினும் என்பதனால் சுட்டப் பெறும் தளர்ச்சி ஆதிதைவிகத்தின் பாற்படும். நோய்கள் ஆத்தியாத்மிகத்தின் பாற்படும்.

மூவகைத் துன்பம் வந்தாலும் அவற்றை நீக்குவார் வேறு இருப்பதாக எண்ணி அலையாமல் இறைவனே நமக்கு உற்ற பாதுகாப்பு என்று கடைப்பிடித்து அவனுடைய திருவடிகளைப் பற்றிக்கொள்வதே அன்பர்களின் இயல்பு.

இவ்வாறு இடர் வரினும் தளர்ச்சி வரினும் நோய் வரினும் இறைவனுடைய கழலைத் தொழும் துணிவு எல்லோருக்கும் வராது. "எத்தைத் தின்றால் பித்தம் தீரும்?" என்றபடி தம்முடைய ஆற்றலாலும் அறிவாலும், துணையாக இருப்பாருடைய ஆற்றலாலும் அறிவாலும் அவற்றைப் போக்கிக் கொள்ளலாம் என்ற எண்ணமே பலருக்கு உண்டாகும். இறைவனையன்றி வேறு துணையில்லாத அன்பர்கள் எது வரினும் அவனை நாடும் ஒருமைப்பாடு உடையவர்களாக இருப்பார்கள்.

சிற்றறிவும் குறுகிய ஆற்றலும் உடையவர்களாகிய மக்களுக்கு வரும் இடர்ப்பாடுகளை இறைவன் நீக்கியருள்வது பெரிதன்று. பேரறிவும் பேராற்றலும் உடைய அமரர்களுக்கு வந்த இடரைப் போக்கினவன் அவன். அது அவர்கள் தங்களுடைய ஆற்றலால் நீக்க முடியாத இடராக இருந்தது; அவர்களுடைய உயிருக்கே முடிவாக வந்தது. பாற்கடலைக் கடைந்தபோது அமுதம் வருமென்று அமரர் எதிர்பார்த்தார்கள். ஆனால் அது தோன்றுவதற்கு முன் ஆலகால விடம் தோற்றியது. அந்த நஞ்சை மாற்ற அவர்களால் இயலவில்லை. கடல்தனில் இனி வரவிருந்த அமுதத்தோடு கலக்க இருந்தது அந்த நஞ்சு. ஆனால், இறைவன் அமரர் வேண்ட அதனை எடுத்துத் தன் திருமிடற்றினில் அடக்கினான். உண்ட நஞ்சு மீண்டும் வெளிவந்தால் முன்நின்றாருக்கு அழிவு நேரும். திருவயிற்றுக்குட் போனால் அங்குள்ள உயிர்களுக்கு அழிவு உண்டாகும். அதனால் அந்த நஞ்சுக்கு வேலையே இல்லாதபடி தன்னுடைய கழுத்தில் அடக்கிக் கொண்டான் இறைவன்.

"இடரினும் தளரினும் நோய் தொடரினும் உன் கழல் தொழுவேன்; இடர் முதலியவை உன் திருவருளால் நீங்கிவிடும் என்ற உறுதி எனக்கு உண்டு. தேவர்களின் உயிருக்கே இறுதியாக வந்த பேரிடரை நீக்கினவன் நீ அல்லவா?" என்று நினைக்கும்படி ஞானசம்பந்தர் தம்செயலையும் பண்டை வரலாற்றையும் இணைத்துப் பாடுகிறார்.

கடல்தனில் அமுதொடு கலந்தநஞ்சை
மிடறினில் அடக்கிய வேதியனே!

[திருப்பாற் கடலில் அமரர் அமுது கடைந்த காலத்தில் அதனோடு கலந்து இனமாகவந்த நஞ்சைத் திருக்கழுத்தில் அடக்கியருளிய வேதப் பொருளானவனே!

கலந்த என்றது ஓரிடத்தில் தோன்றியதை நினைந்தது. அமுது வரும் வரும் என்று எதிர்பார்த்தனர் அமரர்; அப்போது வந்ததாதலின் அமுதொடு கலந்த நஞ்சு என்றார். வேதியன் வேதப் பொருளானவன்; வேதம் ஓதுபவன். இறைவன் எப்போதும் வேதத்தை ஓதிக்கொண்டே இருப்பவன்.]

ஞான சம்பந்தர் இப்போது தமக்குள்ள நிலையை மேலே சொல்கிறார். அதைச் சொல்லத் தொடங்கும் போதே, 'இறைவன் நம்மை ஆட்கொண்டான். அவனால் ஆட்கொள்ளப் பெற்றவர்களுக்கு எதனாலும் குறையில்லை என்று நினைத்திருந்தோமே! இப்போது அல்லவா நம் குறை தெரிகிறது? குறைவிலா நிறைவாகிய சிவபெருமானுக்கு ஆளாகப் புக்கபிறகு பிறரிடம் போய் ஒன்று தா என்று கேட்காமல் இருக்கும் நிலை வந்தது. அதுவே பெரிய நிலை என்று எண்ணியிருந்தோமே! இப்போது அதற்கு மேலும் ஒரு நிலை இருக்கிறது தெரிகிறதே! அதை நோக்கும்போது நாம் குறையுடையோம் என்றல்லவா தோன்றுகிறது? இறைவன் நம்மை ஆண்ட வண்ணம் இதுதானா?' என்று ஒரு வகையான வருத்தம் தோன்றுகிறது.

இதுவோ எமை ஆளுமாறு?

என்று இறைவனையே கேட்கிறார்.

எல்லாப் பொருளையும் தரும் வள்ளல் இறைவன். வள்ளன்மைக்கு இலக்கணம் தன் கைப் பொருளைப் பிறர் குறையறிந்து ஈவது. ஆனால் இறைவனுடைய வள்ளன்மை அதனோடு நின்றுவிடுவதன்று; தன்னை வழிபட்டவருக்கு வேண்டியவற்றைத் தருவதோடு, அவர்களையே வள்ளல்கள்

ஆக்கி விடுவான். தம்பால் வந்து இரந்தவர்களுக்கு வேண்டும் பொருளை வரையறையின்றி ஈயும் நிலையை அவர்களுக்கு உண்டாக்கி விடுவான். "அந்த வள்ளன்மையை என்னிடம் காட்டாமல் இதுகாறும் இருந்தாயே!" என்று குறையுறுகிறார் சம்பந்தர்.

"எனக்கு வேண்டியனவற்றை நான் வேண்டாமலே பாலித்தருளும் பிரான் நீ. இப்போது நான் எந்தையாருக்குப் பொருள் வழங்க வேண்டும். அவருக்கு அதனை வழங்கும் ஆற்றல் எனக்கு இல்லை. உன் அடியான் இப்படித் தன்பால் ஒன்றை வேண்டினார்க்கு அதனை அளிக்க முடியாமல் நைந்து வாடுதல் நின் அருளுக்கு அழகோ? உலகில் உள்ள வள்ளல்களின் அருள்போல, என்னளவில் வேண்டிய பொருள் கிடைக்கச் செய்தது போதுமா? உன் அருள் பிறர் செய்யும் அருளினும் இனியது அல்லவா? உத்தம வள்ளல் ஒருவன் கேளாத முன்பே குறிப்பறிந்து அவனுக்கு வேண்டியவற்றைக் கொடுப்பான். உத்தமோத்தம வள்ளலாகிய நீ நான் கேளாத முன்பே குறிப்பறிந்து, என்பால் வேண்டினாருக்கு நான் உடனே ஈயும் வண்ணம் அருள் செய்யவில்லையே! இதுதானா நினது இன்னருள்? ஆவடுதுறையில் எழுந்தருளியிருக்கிற சிவபெருமானே!"

இதுவோஎமை ஆளுமாறு?
ஈவதுஒன்று எமக்கு இல்லையேல்,
அதுவோஉனது இன்னருள்
ஆவடுதுறை அரனே!

[இதுதானா நீ அடியார்களாகிய எங்களை ஆளும் வகை? எங்கள்பால் வந்து இரந்தாருக்குக் கொடுப்பதற்கு ஏற்ற பொருள் ஒன்றும் எம்மிடம் இல்லையானால், அந்த நிலையை எங்களுக்கு அளிப்பதுதானா நின்னுடைய இனிய அருள்? திருவாவடுதுறையில் எழுந்தருளியிருக்கும் சிவபெருமானே!

இது என்றது தம் நிலையை; ஈவது ஒன்று - பிறருக்குக் கொடுக்கும் ஒரு பொருள். அது என்றது தம்மை அந்த

நிலையில் நிறுத்தியதைச் சுட்டியது. அருளென்றது பிறர்பாற் செல்லாமல் வேண்டியவற்றை அடியார்களுக்குத் தருவது; இன்னருள் என்றது தம்பால் வந்தாருக்கு வேண்டியவற்றைத் தரும் நிலையை அடியார்களுக்குத் தருவது.]

"இடரினும் தளரினும் நோய் தொடரினும் உன் கழலே தொழும் எனக்கு அருளுமாற்றில் குறை வைக்கலாமா? நஞ்சை மிடற்றினில் அடக்கிய நீ உன் அருளிற் குறை காட்டலாமா?" என்பது குறிப்பால் தோன்றப் பாடினார்.

இடரினும் தளரினும் எனதுறுநோய்
தொடரினும் உனகழல் தொழுதெழுவேன்;
கடல்தனில் அமுதொடு கலந்தநஞ்சை
மிடறினில் அடக்கிய வேதியனே!

இதுவோஎமை ஆளுமாறு? ஈவதொன்று எமக்கு இல்லையேல்,
அதுவோஉனது இன்னருள்? ஆவடு துறைஅரனே!

இந்தத் திருப்பதிகம் பாடியதைப் பற்றிச் சேக்கிழார் பெருமான்,

"சென்று தேவர்தம் பிரான்மகிழ் கோயில்முன் பெய்தி
நின்று போற்றுவார், 'நீள்நிதி வேண்டினார்க்கு ஈவது
ஒன்றும் மற்றிலேன்' உன் அடி அல்லதொன்று அறியேன்,
என்று பேரருள் வினவிய செந்தமிழ் எடுத்தார்"

என்று பாடுகிறார். ஞானசம்பந்தர் திருவாக்கில் வரும், 'ஈவதொன்று எமக்கு இல்லையேல்' என்ற பகுதிக்கு, "நீள்நிதி வேண்டினார்க்கு ஈவது ஒன்றும் மற்றிலேன்" என்று பொருள் விரிக்கிறார் சேக்கிழார்.

இரப்பவருக்குத் தான் ஈதலோடன்றி, தன் அடியார்கள் தம்பால் இரப்பவருக்கு ஈயும்படியாக அவர்களை வைக்கும் இன்னருள் உடையோன் இறைவன் என்பதை அப்பரும்,

இரப்பவர்க்கு ஈய வைத்தார்?

என்று பாடினார்.

பிறர்பால் இரவாமல் இருத்தல் உயர்ந்த நிலை. தம்பால் வேண்டினாருக்கு இல்லையென்னாமல் ஈதல் அதனினும் உயர்ந்த நிலை. அந்த நிலை இன்மையையே சம்பந்தப் பெருமான் நினைந்து இறைவனை வினவினார்.

பிறர் தம்மை இரக்கும்போது தாம் பிறர்பால் அதனை அப்போது வேண்டி ஈதல் அத்துணைச் சிறப்புடையதன்று. இராமன் முடி சூடினால் கைகேயி இழிநிலை அடைவாள் என்பதை அறிவுறுத்த வந்த கூனி இந்தக் கருத்தை நினைப்பூட்டுகிறாள்.

"தூண்டும் இன்னலும் வறுமையும் தொடர்தரத் துயரால் ஈண்டு
வந்துனை இரந்தவர்க்கு இருநிதி அவளை
வேண்டி ஈதியோ? வெள்குதி யோ?விம்மல் நோயால்
மாண்டு போதியோ? மறுத்தியோ? எங்ஙனம் வாழ்தி?"

என்னும் கம்பநாடர் வாக்கு இங்கே ஓரளவுக்கு நினைக்கத் தக்கது.

இந்தத் திருப்பதிகத்தின் பத்துப்பாட்டிலும் முதல் நான்கு அடிகள் வெவ்வேறாக அமைய, அவற்றின் பின், "இதுவோ எமை...... ஆவடுதுறை யரனே" என வரும் இரண்டடிகளும் ஒவ்வொரு பாட்டிலும் வந்துள்ளன. நான்கு அடிகளளுக்கு மேல் பல்லவியைப் போல வரும்படி இந்த இரண்டடிகளை வைத்ததனால் இப்பதிகம், "நாலடி மேல் வைப்பு" என்ற வகையைச் சார்ந்தது.

இப்பதிகத்தின் திருக்கடைக் காப்பில்,

நலமிகு ஞானசம் பந்தன்சொன்ன
விலையுடை அருந்தமிழ் மாலைவல்லார்.

என்று வருகிறது. 'விலையுடை அருந்தமிழ்' என்பது, 'மதிப்பையுடைய பிறராற் பாடற்கரிய தமிழ்' என்று பொருள்

படுவதாகக் கொள்ளலாம். அப்படியின்றி ஆயிரம் பொன் பெற்றதை நினைந்து இப்படிப் பாடியதாகக் கொண்டு, 'பொருளை விலையாகப் பெற்ற அருந்தமிழ்' என்று பொருள் உரைக்கவும் இடம் உண்டு. ["தோணிபுரத்து, இறையவனார் சொன்ன செந்தமிழ்க்காக இனிதளித்த, நிறையுல வாக்கிழிச் செம்பொற்றனம்" (திருவாவடுதுறைக் கோவை, 153) என்பதில் சம்பந்தர் பெற்ற பொருள் பாட்டுக்குரிய பரிசென்பது குறிப்பாகத் தெரிகின்றது.]

இங்கும் அங்கும்

சீகாழியில் திருத்தோணியில் எழுந்தருளியிருந்த இறைவன் இன்று திருக்கோயிலில் ஒரு கட்டு மலைமேல் பெரிய திருவுருவத்துடன் வீற்றிருக்கிறான். அருகில் உமா தேவியார் எழுந்தருளியிருப்பதால் உமாபாகன் என்ற திருநாமமும் இப்பெருமானுக்கு வழங்குகிறது. இறைவன் உமாதேவியாரோடு எழுந்தருளியிருக்கும் இந்த அழகிய திருக்கோலத்தைக் கண்டு களித்த திருஞானசம்பந்தமூர்த்தி நாயனார், அவ்வாறு இறைவன் உலகமுய்யப் பெண்ணின் நல்லாளொடும் இருந்த பெருந் தகைமையை நினைந்து உருகினார். அவர் உள்ளம் இறைவனுடைய கருணைப் பெருக்கின் நினைவிலே ஊறி இன்புறும் பொழுதெல்லாம் அதன் விளைவாகத் திருப்பாட்டு எழும். ஆகவே இப்போதும் ஒரு திருப்பதிகம் எழுந்தது.

'பெருந்தகையாகிய எம்பெருமான் பெண்ணினல்லாளாகிய எம்பிராட்டியோடு கழுமலவள நகராகிய சீகாழியில் எழுந்தருளியிருக்கும் கருணைதான் என்னே!' என்ற வியப்பு அவர்பால் உண்டாயிற்று.

அதில் என்ன வியப்பு?

இறைவன், குணம் குறி கடந்தவன்; பிறப்பு இறப்பு இல்லாதவன். அவனுடைய நிலை இன்னதென்று வரையறுத்துக் கூறுவார் யாரும் இலர். வேதமும் கூறவில்லை. அவ்வாறு யாவும் கடந்த பொருளாகிய அவன், அருளே கண்ணாகக் காணும் அன்பர்களுக்குத் தன்னுடைய அடையாளமாகிய திருவுருவங்களைக் காட்டினான். அவன் அருளிய அக்காட்சியினால் இன்புற்ற அருட்பெருஞ் செல்வர்கள் தாம் கண்ட திறத்தை உலகினருக்கு உணர்த்தினர்.

அவர் காட்டிய நெறிப்படியே இறைவனுக்குப் பல வகையான திருவுருவங்களும் திருநாமங்களும் அமைந்தன. பொறியடங்கத் தவம் மேற்கொண்டு இறைவனைக் காண இயலாதவர்களும் அவனுடைய திருவுருவங்களைக் கண்டும் திருநாமங்களைச் சொல்லியும் இன்புற வகை பிறந்தது. பக்குவ ஆன்மாக்கள் முறுகிய அன்பினாலே இறைவனுடைய அருளைப் பெற முடியும். அவ்வாறு இல்லாதவர்களும் சூழ்நிலையின் ஆற்றலினாலே இறைவனுடைய நினைவு உள்ளத்திலே ஊன்றி வளர்வதற்கு இறைவனுடைய திருவுருவங்களும் அவற்றை நிறுவி வழிபடும் கோயில்களும் பயன்படுகின்றன. மடைப் பள்ளிக்குட் புகுந்தபோதே உணவு நினைவு வந்து நாவில் நீர் சுரப்பது போலத் திருக்கோயிற்கண் புகும்போது இறைவனுடைய நினைவு உண்டாகி உள்ளத்தில் அன்பு ஊற்றெழும்.

திருக்கோயில்களில் எழுந்தருளியிருக்கும் இறைவனுடைய திருவுருவங்கள் அவனுடைய இயல்புகளையும் அருள் திறத்தையும் வெளிப்படுத்துவன. ஆதலின் அவற்றை முதலிலே புறக்கண்ணால் பார்த்து இன்புறும் அன்பர்கள் அப்பால் அவற்றின் உள்ளுறையைச் சிந்தித்து ஈடுபட்டு அகக்கண்ணால் பரம்பொருட் காட்சி பெற்று ஆனந்தமடையும் நிலையைப் பெறுவர்.

உமாபாகன், அருளே திருமேனியாகக் கொண்ட அம்பிகையை உடனிருக்கச் செய்து எழுந்தருளியிருக்கிறான். உலகமே ஆணும் பெண்ணுமாக இயங்குவது. உலகம் ஆண்மையும் பெண்மையும் ஒன்றுபடுவதனால் வளர்கிறது; வாழ்கிறது. தனியாணும் தனிப்பெண்ணும் உலகில் இருந்தால் அவர்களோடு உலகம் அழிந்தொழியும். உலகில் மக்கள் தொடர்ந்து வாழவேண்டுமானால் ஆணும் பெண்ணும் வாழவேண்டும்; அவர்கள் இணைந்து வாழவேண்டும். உலகம் இவ்வாறு இயங்கவேண்டுமென்று இறைவன் தன் திருக்கோலத்தாலும் அறிவுறுத்துகிறான். ஆணும் பெண்ணுமாக உலகம் வாழ்ந்து வளரவேண்டும் என்பதைத் தானும் ஆணும் பெண்ணுமாக இருந்து காட்டுகிறான்.

ஆணும் பெண்ணுமாக வாழும் உலகத்தில் தான் ஆணும் பெண்ணுமாக இருந்து காக்கிறான். அவன் அவ்வாறு இருப்பதனால்தான் உலகம் ஆணும் பெண்ணும் கலந்த உலகமாக இருக்கிறது. அவன் தனியே யோகியாக அமர்ந்தால் உலகம் முழுவதும் வாழ் விழந்து வீணாகி விடும். *['காரண முதல்வன் மோனக் காட்சியால் அமரரெல்லாம், சூரர மகளிர் தங்கள் துணைமுலைப் போகம் இன்றி, ஆரிடர் நிலைமை தன்னை அடைந்தனர் அளக்கர் சூழ்ந்த, பாரிடை உயிருங் காமப் பற்றுவிட்டிருந்ததன்றே," "சாலிகள் வளரு மெல்லை தடம்புனல் வறுமைத் தாக, வாலிது குரல்வாங்காது வருத்தொடு மாய்வதேபோல், மேலவ னருளாற் போகம் வெறுத்தலிற் கருமல் கின்றி, ஞாலமன் னுயிர்கள் முற்றும் நாடொறுங் குறைந்த வன்றே." (கந்தபுராணம், மேருப்படலம், 7,28.)]*

இதனை மணிவாசகப் பெருமான் ஒரு பாட்டில் சொல்கின்றார்.

"தென்பால் உகந்தாடும் தில்லைச்சிற் றம்பலவன்
பெண்பால் உகந்தான் பெரும்பித்தன் காணேடி!
பெண்பால் உலகந்திலனேல் பேதாய் இருநிலத்தோர்
விண்பாலி யோகெய்தி வீடுவர்காண் சாழலோ!"

இறைவன் பெண்களுக்குள்ளே நல்லாளாகிய உமா தேவியுடன் சீகாழியில் இருக்கிறான். சீகாழி நீர்வளம், நிலவளம், பொருள் வளம், அன்பு வளம் மிக்க நகரம்; வளநகர். அந்த நகரில் எங்கே பார்த்தாலும் நல்ல காட்சி களையே காணலாம். கண்ணில் விழுவன எல்லாம் நல்லன வாகவே இருக்கும். இயற்கை அழகும் செயற்கை யழகும் மலிந்த வளநகரம் அது. கோயிலும் குளமும் மாடமும் மாளிகையும் காண்பதற்கு அழகிய பொருள்கள் அல்லவா? பார்க்கின்ற மக்களும் சிவபிரான் அடியார்களாதலின் சைவத் திருக்கோலம் பூண்டு விளங்குகிறார்கள்.

எங்கே பார்த்தாலும் கண்ணில் நல்லதே உறுகின்ற கழுமல வளநகரத்தில் பெருந்தகையாகிய இறைவன் பெண்ணின் நல்லாளொடும் இருந்த சிறப்பு எத்தகையது! அதை வார்த்தைகளால் எடுத்துச் சொல்லமுடியுமா? மற்ற இடங்களெல்லாம் பிரளயகாலத்தில் அழிந்து ஒழியவும் இத்தலம் அழியாது மிதக்க, இறைவனும் இறைவியும் அதில் இருந்த தோற்றத்தை நினைப்பூட்டும் அதிசயத்தைச் சொல்வதா? வாக்கு மனம் கடந்த பெருமான் எல்லா மக்களும் கண்டு தரிசித்து இன்புறும் பொருட்டு அம்மையும் அப்பனுமாகி எழுந்தருளிய கருணையைச் சொல்வதா? அப்படி எழுந்தருளிய நிலையை விக்கிரக உருவத்தில் அடியார்கள் வழிபட ஏற்றுக்கொண்ட எளிமையைச் சொல்வதா? அந்தத் திருவுருவங்கள் கண்ணாற் காணும் போதும் பேரளவினை உடையனவாய் இருக்கும் பெருமையைச் சொல்வதா? அந்த உருவங்களில் அமைந்துள்ள எழிலைச் சொல்வதா? அன்பர்களுடைய உள்ளத்தே அன்பு ஊற்றெழச் செய்யும் கவர்ச்சியை சொல்வதா? எதைச் சொன்னாலும் சொல்லி முடித்ததாகாது. ஆகவே ஞானசம்பந்தர், "இரந்தவாறு என்னே!" என்று பொருள் படும்படி, "பெருந்தகை இருந்ததே!" என்று பாடுகிறார். தாம் கண்ட காட்சியும், பெற்ற அநுபவமும் இன்னவாறு இருந்தன என்று சொற்களால் சொல்லி அளவுபடாமையை எண்ணியே இப்படிச் சொன்னார். தமிழ் விரகராகிய அப் பெருமானுக்கே இயம்ப அரிதெனின் ஏனையோர் எவ்வாறு சொல்ல இயலும்?

கண்ணின்நல் லஃதுறும் கழுமல வளநகர்ப்
பெண்ணின் நல்லாளொடும் பெருந்தகை இருந்ததே!

[கண்ணில் நல்ல காட்சியே படும் கழுமல வளநகரில் பெண்களுக்குள் நல்லாளாகிய உமாதேவியோடும் பெருந்தகைமையுடைய இறைவன் இருந்தவாறு என்னே!

நல்லது என்பது செய்யுளை நோக்கி நல்லஃது என்று விரிந்தது; விரித்தல் விகாரம். இருந்ததே; இருந்தது. என்னே என்னும்

பொருளினையுடையது. என் என்பது அவாய் நிலையால் வருவித்து முடித்தற்குரியது.]

பெருந்தகை இன்னவாறு இருந்தான் என்று சொல்ல இயலாவிட்டாலும் அவ்வாறு இருப்பதனால் உண்டாகும் பயன் இன்னதென்று தெரியும். அருள் திருமேனி தாங்கி அம்மையுடன் எழுந்தருளியிருப்பதற்குக் காரணம் அவன் தன்னை யாவரும் எளிதில் வணங்கி நற்பயன் அடைய வேண்டும் என்னும் கருணைதான். இறைவனை வணங்குவதனால் இம்மைப் பயனும் மறுமைப் பயனும் ஒருங்கே உண்டாகும். பெண்ணினல்லா ளொடும் அமர்ந்திருக்கும் பெருந்தகையை அம்மையும் அப்பனுமாக வணங்குவது அன்பர்கள் இயல்பு. உயிர்களுக் கெல்லாம் எக்காலத்தும் எவ்விடத்தும் தொடர்ந்து நின்று தனுகரண புவன போகங்களை வழங்கியருளும் அம்மையும் அப்பனுமாக இருப்பவர்கள் அவர்களே. அவர்களே அம்மையப்பர் என்பதை உணர்ந்து கொண்டவர்களுக்கு உலகத்து ஆருயிர்கள் அனைத்தும் அவர்களுடைய மக்கள் என்ற உணர்வு தலைப்படும். அந்த உணர்வு முறுக ஜீவதயையும், பகையின்மையும், தன்னல மறுப்பும் தியாக புத்தியும் உண்டாகும். அதனால் உலகத்து உயிர்கள் இனிது வாழ வகை உண்டாகும். எல்லா உயிர்களிடத்தும் தயை உடையராக வாழ்வாரிடம் எல்லா உயிரும் அன்பு செய்யும். அதனால் இம்மையில் யாவரும் போற்ற வாழும் வாழ்வு உண்டாகும்.

ஆணும் பெண்ணுமாக எழுந்தருளியிருக்கும் இறைவன், மனித வாழ்வில் ஆணும் பெண்ணும் ஒன்றி வாழ்ந்து அறம் செய்யும் வகையை நினைப்பூட்டுகிறான். ஆணும் பெண்ணுமாக இல்லறம் நடத்தும் மக்கள் அப் பெருந்தகையை வணங்கினால் நல்ல வண்ணம் வாழலாம். தினந்தோறும் இடையூறின்றி இறைவன் திருவருளால் நல்வாழ்வு அமையும். இம்மை வாழ்விலே நன்மை உறுவதோடு அம்மையிலும் நல்ல கதி உண்டாகும். அதற்குச் சிறிதேனும் குறைவு இராது. "இந்த உலகில் இன்பங்களைத்

துய்த்தான்; ஆதலின் மறுமையில் கொஞ்சம் குறைவாக இன்பம் அருள்வோம்" என்ற கணக்கு இராது. இங்கும் நல்ல வண்ணம் வாழலாம்; அங்கும் குறைவிலா இன்பம் துய்க்கலாம்.

மண்ணில்நல் லவண்ணம் வாழலாம் வைகலும்
எண்ணின் நல் லகதிக்கு யாதுமோர் குறைவிலை.

[பூவுலகில் நல்லபடி நாள்தோறும் நல்வாழ்வு வாழலாம். ஆராய்ந்து பார்த்தால் மறுமையில் நல்ல கதிக்குச் சிறிதளவும் குறைவு இல்லை.

மண் - நிலவுலகம். நல்ல வண்ணம் வாழ்வது, இடையூறின்றி இன்ப வாழ்வு பெறுவது. வைகலும்-நாள்தோறும். வைகலும் வாழலாம் என்று கூட்டுக. நல்ல கதி-முத்தி. யாதும்-சிறிதும்.]

இறைவனை வழிபடுவோர் பெண்ணைத் துறந்து துறவு பூண்டு உலக வாழ்வில் வரும் இன்பங்களை அடையாமல் தான் வாழவேண்டும் என்ற நியதி இல்லை. இறைவன் பெண்ணினல்லாளோடு எழுந்தருளி யிருத்தலின் நாமும் பெண்ணோடும் அறநெறியில் அப் பிரானை வழிபட்டு வாழலாம். அந்த வாழ்க்கையில் குறைவு நேராது. நல்ல வண்ணம் வாழலாம். வையத்துள் வாழ்வாங்கு வாழலாம். இம்மையின்பம் குறைவின்றிக் கிடைப்பதோடு மறுமையின்பமும் கிடைக்கும்.

இவ்வாறு ஆளுடைய பிள்ளையார் உபதேசம் செய்கிறார்.

மண்ணில்நல் லவண்ணம் வாழலாம் வைகலும்;
எண்ணின், நல் லகதிக்கு யாதும்ஓர் குறைவுஇலை;
கண்ணில்நல் லஃதுறும் கழுமல வளநகர்ப்
பெண்ணினல் லாளொடும் பெருந்தகை இருந்ததே!

(பிரிக்காமல் சொன்னால், "நல்லகதிக்கியாதுமோர் குறைவிலை'' என்று வரும். கி என்பதில் உள்ள இகரம் குற்றிய லிகரம். பெருந்தகை இருந்தவாறு என்னே! இவனை

வழிபட்டால் மண்ணில் நல்ல வண்ணம் வாழலாம்; நல்ல கதிக்கும் குறைவு. இலை.)

ஞான மலர்

என்ன அதிசயம்! இவ்வளவு பெரிய யானை கையிலே ஏதோ தழைக் கொத்தை எடுத்துப் பெருக்குகிறது. பெண்யானை யென்று தெரிகிறது. கீழே கிடக்கும் கல் முதலியவற்றைப் பொறுக்கி எறிகிறது. எங்கும் நீரைத் தெளித்துச் சுத்தம் செய்கிறது. அறிவுடைய மக்கள்கூட இவ்வளவு நன்றாக நிலத்தைப் பெருக்கிச் சுத்தஞ் செய்ய மாட்டார்களே!

இந்த மடப்பிடி தன் வலிய கையினால் இவ்வாறு அலகிடக் காரணம் என்ன? இதோ பெரிய களிறு வருகிறதே! காட்டிலே வாழும் யானைகளில் இவ்வளவு பெரியதை எங்கும் காண முடியாது. மனிதர்கள் ஏவாமலே மிக அமைதியாக வருகிறது. ஒரு பெரிய சிவலிங்கம் போன்ற கல்லைக் கொணர்ந்து வைக்கிறது. தன் துதிக்கையினால் நீர் கொணர்ந்து அபிஷேகம் செய்கிறது. இந்தக் களிறும் பிடியும் சிவபூசை செய்ய எங்கே கற்றுக் கொண்டன? தம் மனைவி பூசைக்கு இடம் பண்ண, அங்கே இருந்து சிவபக்தர் ஒருவர் சிவ பூசை செய்வது போல் அல்லவா இருக்கிறது இந்தக் காட்சி?

காட்டிலே வாழும் யானை; மதம் பிடிக்கும் யானையாகிய இது வழிபடுகிறதற்கு இந்தக் கரியின் இயல்பு காரணமா? அல்லது இந்த இடத்தின் சிறப்புக் காரணமா? இரண்டும் இருக்கலாம். இந்த இடம் சிறப்புடையது என்பதில் தடையே இல்லை. திருக்கானப்பேர் என்னும் தலம் இது. இங்குள்ள ஆலயத்தில் அறிவுடைய மக்கள் பூசை புரிகின்றனர். வெளியே கடகரி வழிபடுகிறது. எங்கும் பக்தியின் மணம் வீசுகிறது.

மானமா மடப்பிடி வன்கையால் அலகிடக்
கானம்ஆர் கடகரி வழிபடும் கானப்பேர்

[பெருமைமிக்க மென்மையுடைய பிடி தன் வலிய கையினால் அலகிட்டுப் பெருக்க, அவ்விடத்தில் காட்டில் வாழும் மதத்தையுடைய ஆண் யானை இறைவனை எண்ணிப் பூசித்து வழிபடும் திருக்கானப்போர்.

மானம் - பெருமை. மா - பெரிய; மிகப் பெரிய என்றபடி. அலகிடுதல் - பெருக்குதல். கடகரி - மதத்தையுடைய களிறு. கடம் - மதம். கானப்பேர் - காளையார் கோயில் என வழங்கும் தலம்.]

திருஞானசம்பந்தர் பாண்டி நாட்டில் உள்ள தலங்களுக்குச் சென்று வழிபட்டபோது திருக்கானப் பேருக்கும் வந்தார். இத்தலம் இப்போது காளையார் கோயில் *[சுந்தரமூர்த்தி நாயனார் திருச்சுழியலுக்கு வந்திருந்தபோது அவருடைய கனவில் இறைவன் கட்டிளங்காளை போலத் தோன்றி, "யாம் இருப்பது கானப்பேர்" என்று அருளியமையால் இறைவனுக்குக் காளையென ஒரு திருநாமமும், இத்தலத்துக்குக் காளையார் கோயில் என்ற திருநாமமும் உண்டாயின (பெரிய புராணம், கழிறிற்றறிவார். 112, 113); "கண்டு தொழப் பெறுவ தென்றுகொலோ அடியேன் கார்வயல் சூழ்கானப் பேருறை காளையையே." (சுந்தரர் தேவாரம்.)]* என வழங்குகிறது.

இங்கே வந்தபோது தலத்தைப் பற்றிய செய்திகளை விசாரித்தார். "இந்திரனுடைய யானையாகிய ஐராவதம், ஒரு சாபத்தால் காட்டானையாகி இங்கே வந்து பூசித்துத் தன் முன்னை நிலையைப் பெற்றதென்பது தல வரலாறு" என்ற செய்தியைக் கேள்வியுற்றார். சிறிது கற்பனைக் கண்ணைக் கொண்டு பார்த்தார். ஐராவதம் இங்கே காட்டானையாக வந்தால், அதனுடைய மனைவியாகிய பிடியும் உடன்வருவது இயற்கைதானே? தேவேந்திரனுக்கு வாகனமாகும் புண்ணியமும் அறிவும் உடையது ஐராவதம். அது காட்டானையாக வந்தாலும் அறிவுடன் இருப்பது. அதன்பால் ஆராத காதலுடைய பிடியும் உடன் வந்திருக்கிறது. இறைவனைப் பூசித்துச் சாபநீக்கம் பெறலாம் என்ற அறிவு

பிடிக்கும் களிற்றுக்கும் இருக்கிறது. ஆதலால் அந்த ஆண் யானை, பூசை புரிவதற்கு வேண்டிய காரியங்களைப் பிடி செய்து கொடுக்க, அது வழிபடத் தொடங்குகிறது. இதனைத் திருஞானசம்பந்தர் தம் கற்பனையாற்கண்டு அக் காட்சியையே மேலே கண்டவாறு பாடினார்.

புராண வரலாற்றை நினைந்து ஞானசம்பந்தப் பெருமான் இப்படிப் பாடினார் என்று கொள்வது ஒரு முறை. அப்படியின்றி, இத் தலத்தின் சூழ்நிலையில் விலங்குகளும் அன்பர்கள் செய்வது கண்டு தாமும் தம் விலங்கியல்பை ஓரளவு நீத்து அன்பர்களைப்போல வழிபடும் என்று கூறியதாகவும் கொள்ளலாம். விலங்கினங்களும் நல்லோர் வாழும் இடங்களில் அவர்களுக்குக் குற்றேவல் புரிதலும் நிலத்தைப் பெருக்குதல் முதலியவற்றைச் செய்தலும் உண்டென்பதைச் சங்க காலத்து நூல்களினால் உணரலாம். சங்கப் புலவர்கள் பெரும்பாலும் இயற்கையிலே நிகழும் நிகழ்ச்சிகளை உள்ளது உள்ளவாறே கூறும் இயல்புடையவர்கள். சூழ்நிலையின் சிறப்பால் விலங்குகள் மக்கள் செய்யும் செயல்களைச் இயற்கைக்கு முரணானது அன்று.

"மஞ்ஞை ஆலும் மரம்பயில் இறும்பின்
கலைப்பாய்ந்து உதிர்த்த மலர்வீழ் புறவின்
மந்தி சீக்கும் மாதுஞ்சு முன்றில்
செந்தீப் பேணிய முனிவர் வெண்கோட்டுக்
களிறுதரு விறகின் வேட்கும்
ஒளிறிலங் கருவிய மலை"

என்பது பெரும்பாணாற்றுப்படை.

மந்தியும் களிறும் தீவேட்கும் முனிவர்களுக்கு ஆவன புரிதலைக் கடியலூர் உருத்திரங்கண்ணனார் என்னும் புலவர் இவ்வாறு பாடுகிறார். இதற்கு உரை எழுதிய நச்சினார்க் கினியர், 'மந்தி சீத்தலும் மா துஞ்சலும் களிறு விறகு தருதலும்

இருடிகளாணையால் நிகழ்ந்தனவென்று உணர்க' என்று இங்கே காரணத்தைப் புலப்படுத்தினார்.

“கான யானை தந்த விறகிற்
கடுந்தெறற் செந்நீ வேட்டு”

என்பது மாறப்பித்தியார் என்பவர் பாடியது. இதன் உரையாசிரியர், 'கான யானை தந்த விறகென்றது இவன் தவமிகுதியான் அதுவும் ஏவல் செய்தல்" என்று எழுதினார்.

எனவே மானமா மடப்பிடி வன்கையால் அலகிடுதலும், கானமார் கடகரி வழிபடுதலும் இயற்கைக்கு முரண்பாடான செயல் அல்ல. பண்டைப் புலவர்களும் இத்தகைய காட்சிகளைப் பாடியிருப்பதனால் இது புலனாகிறது.

வேறு ஒரு வகையிலும் இந்தப் பாட்டுக்குப் பொருள் கொள்ள வழி உண்டு. பெரியோர்கள் சில செய்திகளைக் குறிப்பு வகையால் கூறுவது வழக்கம். மனத்தை வண்டாக வைத்து வண்டைப் பார்த்துச் சொல்வது போல மனத்துக்கு அறிவுரை கூறுவார்கள். மனத்தைக் குரங்காக வைத்துப் பேசுவார்கள். மக்கள் செய்யும் செயலை விலங்குகளின்மேல் வைத்துச் சொல்வார்கள்.

காதலைப்பற்றிப் பலபடியாக விரித்துரைக்கும் சங்கப் பாடல்களில் மக்களிடையே நிகழும் காதல் நிகழ்ச்சிகளைப் பல்வேறு வகையிலே புலவர்கள் பாடியிருக்கிறார்கள். அன்றியும் விலங்கினங்களும் பறவைகளும் காதல் செய்யும் காட்சிகளையும் எடுத்துச் சொல்வார்கள். அந்தப் பாடற் பகுதிகளுக்கு உள்ளுறை ஒன்று இருக்கும். விலங்கினங் களின்மேல் ஏற்றிச் சொன்னாலும் காதலன் காதலியர் செய்கையைக் குறிக்கும் உட்கருத்து ஒன்று அதனாற் புலப்படும். இறைச்சியென்றும் உள்ளுறையென்றும் இந்தக் குறிப்புநெறி இரண்டு வகைப்படும்.

அந்த முறையில் பக்தித் தமிழிலும் உள்ளுறை அமையும்படி பாடும் வழக்கம் உண்டு.

இங்கே சம்பந்தப் பெருமான், மடப்பிடி அலகிடக் களிறு வழிபடுவதாக அமைத்த காட்சிக்கும் உள்ளுறை காணலாம். யானையை ஆணவத்துக்கு அறிகுறியாகச் சொல்வது வழக்கம். மதத்தினாற் சிறப்பது யானை; மதம், செருக்கு, ஆணவம் எல்லாம் ஒன்றுக்கு ஒன்று இனமானவையே. செருக்கு மிக்க மனிதன் யாருக்கும் தலைவணங்காமல் தருக்குற்றுத் திரிவான். அப்படி உள்ளவனை மதயானை என்று சொல்லலாம். பிற இடங்களில் செருக்கு மிகுதியால் தலைவணங்காமல் நடந்து, தனக்கு ஏற்பத் தருக்கி நிற்கும் மனைவியுடன் வாழும் மனிதனும் திருக்கானப் பேருக்கு வந்தால் இறைவன் திருவருளால் தன் செருக்கு ஒழிந்து வழிபடுகிறான்; அவன் செய்யும் வழிபாட்டுக்கு அவன் மனையாட்டி துணைபுரிகிறாள். முன்பு செருக்குடையவர்கள் இப்போது செருக்கழிந்து இறைவனை வழிபடும் காட்சியையே குறிப்பு வகையால் மடப்பிடியின் மேலும் கடகரியின் மேலும் வைத்துத் திருஞான சம்பந்தப் பெருமான் பாடினார் என்று கொள்ளுவதும் பொருத்தமாக இருக்கும்.

இவ்வாறு அமைந்துள்ள திருக்கானப்பேருக்கு அன்பர்கள் செல்கிறார்கள்; வழிபடுகிறார்கள். அவர்கள் பெறும் பயன் கண்கூடாக இருக்கிறது. குறைபாடுகள் நிறைந்தது உடம்பு; நினைத்த காரியங்களை நினைத்த படியே செய்ய அது இடம் கொடுப்பதில்லை. ஊனம் ஆம் உடம்பு இது. ஆயினும் இதை வைத்துக் கொண்டுதான் நாம் கரையேற வேண்டும். இதற்கும் பிணி வந்துவிட்டால் ஒன்றுமே செய்ய முடியாது. திருக்கானப்பேருக்கு வருகிற அடியார்கள் தம்பால் உறுகின்ற பிணிகளெல்லாம் நீங்க, மேன்மேலும் அன்பிற் சிறந்து விளங்குகிறார்கள்.

யார் போனாலும் தமக்கு உறுபிணியைப் போக்கிக் கொள்ள முடியுமா? அது நடவாது. போகிற முறையிலே போனால்தான் பயன் உண்டாகும். கிணற்றில் நீர் இருக்கிறது. அதன் அருகில் போய் நின்று எட்டிப் பார்த்தால் நீர் நம் வாயில் வந்து விழுந்துவிடுமா? கிணற்றிலிருந்து நீரைக் குடத்தினாலோ செம்பினாலோ இழுக்க வேண்டும். திருக்கானப்பேருக்குச்

சென்று உறுபிணி கெடவேண்டும் என்ற விருப்பம் இருந்தால், அங்கே நண்ணுவதற்குமுன் ஒன்று செய்யவேண்டும். யானை கூடத் தன் பிடியைக் கொண்டு முன்னாலே அலகிடச் செய்து அப்பால் வந்து வழிபடும் இடம் அது. ஆகவே நாமும் முன்னால் வேண்டிய கருவிகளைக் கைக்கொள்ள வேண்டும்.

இறைவனை நணுகுவார் அவனை வழிபடுவதற்கு மலரைக் கொண்டு செல்வது வழக்கம். வெறும் மலர்களைக் கொண்டு போய்ப் பூசித்தால் போதாது. இறைவனிடம் உண்மையான அன்பு வைத்துப் பூசிக்க வேண்டும். கையிலே உள்ள மலர் வெறும் அடையாள மாத்திரமாக இருப்பதுதான். மனம் பொருந்திப் பூசிக்கும் பூசைக்குத்தான் பயன் உண்டு. மனம் பொருந்த வேண்டுமானால், இறைவனே நமக்கு எல்லாம் தருபவன் என்ற ஞானம் வேண்டும்.

மனம் என்பது ஒரு மலர்க்கொடி. அதில் மணமற்ற மலரும் பூக்கும்; மணமுள்ள மலரும் மலரும். பக்தி, ஞானம், வைராக்கியம், கருணை என்பவை போன்ற மலர்களும் அந்த மனத்தில் மலரும் மலர். நல்ல மலர்கள் மலர்கின்ற மனத்தோடு சென்றால்தான் இறைவன் அருள் கிடைக்கும். திருக்கானப் பேர் இறைவன் இந்த உடம்பைத் தரும் பிறவி நோயையே போக்குபவன் என்ற ஞானம் வேண்டும். பிறவிப் பெரு நோயையே நீக்கும் இறைவன் ஊனமாம் உடம்பினில் உறுபிணி கெடும்படி செய்வான் என்ற அறிவு வேண்டும். இந்த ஞானமாகிய பெரிய மலர் மனத்திலே பூத்தால் அந்த மலரோடு செல்லுவாருக்கு நிச்சயமாக நற்பயன் உண்டாகும்.

ஊனமாம் உடம்பினில் உறுபிணி கெடஎண்ணின்
ஞானமாம் மலர்கொடு நணுகுதல் நன்மையே.

[குறைகள் நிரம்பிய உடம்பினில் அடைகின்ற நோய்கள் கெடும்படி நினைத்தால், அவ்வாறு நினைப்பவர்கள் ஞானமாகிய மலரைக் கொண்டு (கானப்பேரை) அடைதல் நன்மையாகும்.

ஊனம் - குறை; ஊன் என்பது அம்முச் சாரியை பெற்றது என்று கொண்டு, 'ஊன் குவையாகிய உடம்பு' என்றும் பொருள் கொள்ளலாம். உறுபிணி - அடையும் நோய்; மிக்க நோய் என்றும் சொல்லலாம். ஞானம் ஆம் மலர்; ஞானமாகிய மாமலர் என்றும் கொள்ளலாம். மனத்திலே தோன்றுவனவற்றுள் சிறந்ததாதலின் மாமலர் என்று சொல்வதும் பொருந்தும். நணுகுதல் - அடைதல். கானப்பேர் நணுகுதல் என்று கூட்டவேண்டும். கானப்பேர் நணுகுதல் என்று சொன்னாலும் அங்கு எழுந்தருளியுள்ள இறைவன்பாற் சென்று வழிபடுவதையே நினைந்தார். மலர் -கொண்டு செல்லுதல் வழிபாட்டிற்காகத்தானே?]

களிறு மலர் கொண்டு சென்று பூசிக்கும் இடத்தில் ஆறறிவுடைய மனிதன் அந்த யானையைப் போல வெறும் மலரை மாத்திரம் கொண்டு சென்றால் போதுமா? தங்கள் தங்கள் தகுதிக்கு ஏற்ப வழிபடுவதுதான் முறை. ஆகவே அறிவுடைய மனிதன் தன் அறிவுச் சிறப்புக்கு ஏற்ப மற்ற மலர்களோடு ஞானமென்னும் மலரையும் கொண்டு செல்ல வேண்டும். உடம்பில் ஊனம் இருந்தாலும் உள்ளத்தில் ஞானம் இருக்கலாம். இறைவன் உடம்பு ஊனத்தைப் பாராமல் ஞானத்தைத்தான் பார்த்து அருள் புரிவான். அவனை வணங்கினால் இம்மையிலே கைமேற்பயன் பெறலாம்; உறுபிணி கெட நன்மை பெற்று வாழலாம்.

சம்பந்தப் பெருமான். பல இடங்களில் இறைவன்பால் அன்பு செய்வாருக்கு இம்மையிலும் மறுமையிலும் இன்பம் கிடைக்கும் என்பதை வற்புறுத்துவார். இந்தப் பாசுரத்தில் இம்மை வாழ்வில் இன்பம் பெறுதலைத் தனியே எடுத்துச் சொன்னார். உலகத்தில் நன்மையுடன் வாழ்வதற்கும் இறைவனுடைய அன்பு பயன்படும் என்னும் உண்மையை இதனால் தெரிந்து கொள்கிறோம்.

மானமா மடப்பிடி வன்கையால் அலகிடக்
கானமார் கடகரி வழிபடும் கானப்பேர்
ஊனமாம் உடம்பினில் உறுபிணி கெட்எண்ணின்
ஞானமா மலர்கொடு நணுகுதல் நன்மையே.

அரற்றுங்கள்

மதுரைக்கு வடக்கே உள்ளது திருவேடகம் என்னும் திருத்தலம். வையைக் கரையில் அமைந்திருப்பது அது. திருஞானசம்பந்தமூர்த்தி நாயனார் சமணரோடு வாது செய்தபோது, 'வாழ்க வந்தணர்" என்று தொடங்கும் திருப்பாசுரத்தை எழுதியிட்ட ஏடு வையையில் எதிரேறிச் சென்றது. அதனைத் தொடர்ந்து பாண்டியனுக்கு மந்திரியாக இருந்த குலச்சிறையார் குதிரையின் மீது ஏறிச் சென்றார்.

அப்போது சம்பந்தர், "வன்னியும் மத்தமும்" என்று தொடங்கும் திருப்பதிகத்தைப் பாடியருள, ஆற்றிலே சென்ற ஏடு இந்தத் தலத்துக்கு அருகில் ஒதுங்கியது. அதனைக் குலச்சிறையார் எடுத்து வந்து யாவருக்கும் காட்டினார். ஏடு சென்று அணைந்ததாதலின் ஏடகம் ஆயிற்று. இந்தத் தலப்பதிகத்தின் திருக்கடைக்காப்பில்,

கோடுசந் தனம் அகில் கொண்டிழி வைகை நீர்
ஏடுசென் றணைதரும் ஏடகத் தொருவனை
நாடுதென் புகலியுள் ஞானசம் பந்தன்
பாடல்பத் திவைவல்லார்க்கு இல்லையாம் பாவமே

என்று ஆளுடைய பிள்ளையார் பாடுகிறார்.

இப் பதிகத்தின் ஏழாம் பாடல் இப்போது கிடைக்கவில்லை. இங்கே விளக்கத்துக்கு வருவது ஆறாம் பாடல்.

திருவேடகம் வையை யாற்றின் கரையில் இருப்பது ஆதலால் நீர்வளமும் நிலவளமும் நிரம்பியது. ஆற்றினால் அழகுபெற்ற இந்தத் திருப்பதிக்கு வேறு அழகுகளும் உண்டு. ஏடகத்தில் அழகிய பொய்கைகள் இருக்கின்றன. நீர் நிரம்பிய

பொய்கைகள் அவை. அங்கங்கே பூம்பொழில்கள் வானளாவ ஓங்கி வளர்கின்றன. மலர்களில் ஒவ்வொரு பருவத்திலும் மலர்பவை உண்டு. அப்படியே ஒவ்வொரு போதிலும் மலர்வன் உண்டு. இந்தப் பொழில்களில் எல்லா வகையான மரஞ் செடி கொடிகளும் இருப்பதனால் எந்தப் பருவமானாலும் எந்த நேரமானாலும் அப்போது மலருகின்ற புது மலர்கள் பல அங்கே இருக்கின்றன. எனவே புதிய மலர்களை எப்போதும் அந்தப் பொழிலில் காணலாம்.

தென்றற் காற்று வீசும்போது பொய்கையில் வீசித் தண்மை அளாவிவரும். அப்பொய்கையில் மலர்ந்த மலர்களின் மேல் வீசிவரும். பொழிலிலே புகுந்து வரும். அங்கே மலர்ந்த புது மலர்களிலே அணைந்து வரும். இயல்பாகவே மென்மையை உடைய தென்றல், பொய்கையிலும் பொழிலிலும் பூக்களிலும் புகுந்து வருதலால் தண்மையும் மணமும் பெற்று மெல்ல வீசுகிறது. அப்படி வீசுகிற இடம் ஏடகம். வைகையின் வடகரை மருவியது அத்தலம்.

திருவேடகத்திலே எழுந்தருளியிருக்கிறான் இறைவன். நமக்கு ஏதேனும் துன்பம் வரும்போது அது சிறிதானால் பொறுத்துக் கொள்கிறோம்; பெரிதானால் வருந்துகிறோம். அதன் அளவு மிகுதியாக ஆக ஆக அதை வெளிப்படுத்தும் வகையும் மிகுதியாகிறது. முகம் சிணுங்குகிறோம். பிறகு உடம்பு துடிக்கிறது. அப்பால் முணுமுணுக்கிறோம். பின்பு அழுகிறோம். அதற்குமேல் அரற்றுகிறோம். அந்தத் துன்பத்தை யாரர்வது நீக்குவார் என்ற எண்ணம் உண்டானால் அவரிடம் போய் அரற்றுகிறோம். அவர் காலில் விழுந்து அரற்றுகிறோம்.

உலகில் மக்கள் தமக்கு அல்லல் உண்டாகும் காலத்தில் மற்ற மக்களை நாடிப் பரிதவித்துக் கெஞ்சி உள்ளம் நைந்து புலம்பி முறையிடும் வகைக்கும் ஓர் எல்லை இல்லை. ஏழை பணக்காரன் காலில் விழுகிறான். நோயாளி வைத்தியன் காலில் விழுகிறான். பலமற்றவன் பலசாலி காலில் விழுகிறான். பணக்காரன் மருத்துவனாக இருப்பதில்லை,

பலசாலியாகவும் இருப்பதில்லை. அதனால் பணக்காரனே மருத்துவன் காலிலும் பலசாலி காலிலும் அறிவுடையோன் காலிலும் விழும் காலம் உண்டு.

எல்லாக் குறைகளையும் போக்கும் மனிதன் யாரும் இல்லை. சில குறைகளைப் போக்கும் மனிதர்கள்கூடத் தம்முடைய ஆற்றலால் போக்குவதில்லை. இறைவன் திருவருள் இயக்குவதால்தான் அவ்வாறு செய்கிறார்கள். எல்லாப் பணக்காரரும் ஏழைகளுக்கு உதவி செய்கிறதில்லை. இறைவன் திருவருள் எங்கே இருக்கிறதோ அங்கேதான் ஈகை இருக்கிறது. மருத்துவன் தன்பால் வரும் எல்லா நோயாளிகளின் நோய்களையும் தீர்த்துவிட முடிகிறதில்லை. அவனால் தீர்க்க முடியாத வலிய பிணிகளும் உண்டு. மக்களால் துன்பம் நீங்குமென்பது உறுதியானால் எல்லாத் துன்பங்களும் அல்லவா நீங்க வேண்டும்? நம்முடைய கண்ணுக்குத் தெரியாமல், அங்கங்கே இறைவன் திருவருள் இருந்து இயங்குகிறது. மக்கள் அந்தத் திருவருளின் கருவிகளாக இருந்து உதவி புரிகிறார்கள்.

ஆதலின் துன்பங்களை நீக்கும் மூலஉபகாரியாக இருக்கிறவன் இறைவன்தான். அவனிடத்தில் நேரே போய்க் காலில் விழுந்தால் அவன் அருள்சுரந்து நல்லது செய்வான்.

சாது ஒருவன் தன்னைத் தேடி வருகிறவர்களை வரவேற்று உபசரிப்பது வழக்கம். அவர்களுக்கு ஏற்றபடி உபசாரம் செய்யப் பொருள் இல்லாமையால் அரசனிடம் போய்ப் பொருள் கேட்டு வாங்கி வரலாம் என்று போனான். அவன் போனபொழுது அரசன் ஆண்டவனைத் தொழுது கொண்டிருந்தான்; "கடவுளே! நான் ஏழை. நீ திருவருள் பாலித்து எனக்கு வேண்டிய செல்வத்தைக் கொடு" என்று அரசன் பிரார்த்தனை செய்து கொண்டிருந்தான். அந்தப் பிரார்த்தனை சாதுவின் காதில் விழுந்தது. 'இது என்ன ஆச்சரியமாக இருக்கிறது! நமக்குத்தான் பணம் இல்லை. இவனிடம் யாசிக்கலாமென்று வந்தால் இவனும் பிச்சைக்காரனாக அல்லவா இருக்கிறான்? இவனும்

ஆண்டவனிடத்தில் யாசகம் செய்துதானே பொருள் பெற்று மற்றவர்களுக்குத் தருகிறான்? அந்தப் பொருளை இவனிடம் பெறுவதைவிட நேரே அந்த ஆண்டவன் காலில் விழுந்தே பெறலாமே' என்று அவன் எண்ணம் ஓடியது. அரசனை ஒன்றும் கேட்காமல் போய்விட்டான்.

இராமகிருஷ்ண பரமஹம்சர் இந்தக் கதையைச் சொல்கிறார். இறைவனே எல்லாவற்றிற்கும் மூல காரணம் என்று உறுதியாக நம்பினவர்கள் அவனிடம் தம் குறைகளை முறையிட்டால் நன்மை உண்டாகும். மக்களை நம்பிக் காலில் விழுவதைவிடக் கடவுள் காலில் விழுந்து அரற்றுவது நல்லது. கடவுளை நம்பினோர் கைவிடப்படார்.

"நீங்கள் உங்கள் வெம்மையான வலிய பிணி கெட வேண்டுமானால் ஏடகத்து ஐயனிடம் சென்று அவன் காலில் விழுந்து அரற்றுங்கள். உங்கள் பிணி கெடுவது மாத்திர மன்று; மக்களால் கிடைத்தற்கரிய பெரிய ஊதியம் ஒன்றும் கிடைக்கும்; மோட்சம் எளிதிலே கிடைக்கும்" என்று ஞானசம்பந்தப் பிள்ளையார் உபதேசம் செய்கிறார்.

பொய்கைஇன் பொழில் உறு புதுமலர்த் தென்றல்ஆர்
வைகையின் வடகரை மருவிய ஏடகத்து
ஐயனை அடிபணிந்து அரற்றுமின்; அடர்தரும்
வெய்யவன் பிணிகெட, வீடெளிது ஆகும்.

[பொய்கையிலும் இனிய பொழிலிலும் அவ்விரண்டினிலும் உற்ற புதிய மலர்களிலும் புகுந்து வரும் தென்றல் நிரம்பியதும், வைகையாற்றின் வடகரையில் மருவியதுமாகிய திருவேடகத்தில் எழுந்தருளியிருக்கும் சிவபெருமானைத் திருவடிக்கண் வீழ்ந்து பணிந்து உங்கள் குறைகளைச் சொல்லிக் கதறுங்கள்; அவ்வாறு செய்தால் உங்கள்பால் மேன்மேல் வந்து தாக்குகின்ற வெய்யனவாகிய வலிய நோய்கள் கெட, (இவ்வாழ்விலே இன்பம் பெறுவதோடன்றி மறுமையில்) வீடு எளிதாகக் கிடைக்கும்.

பொய்கை - மானிடர் ஆக்காத நீர்நிலை. பொய்கையிலும் பொழிலிலும் புதுமலரினும் சார்ந்துவந்த தென்றல். ஆர்-நிரம்பிய தென்றலார் ஏடகம், மருவிய ஏடகம் என்று கூட்டுக. அடர்தரும்-மோதும். வெய்ய பிணி வன்பிணி. இம்மையில் துன்பந்தரும் உடல் நோய்களும் மறுமையில் துன்பந்தரும் காமம் முதலிய மனநோய்களும் தீர்வதனால் இம்மையில் அறம் பொருள் இன்பமும் மறுமையில் வீடும் எளிதிற் கிடைக்கும் என்றபடி. வீடு எளிது ஆகும் அரிதின் முயன்று பெறும் வீடு கிடைப்பதற்கு எளிதாகிவிடும்.].

இறைவனுடைய திருப்பதி, ஆற்றங்கரையில் பொய்கையும் பொழிலும் சூழத் தென்றல் வீச இருப்பதால் அந்தச் சூழ்நிலையே நோயை நீக்கும் வகையில் அமைந்திருக்கிறது. அதற்குமேல் இறைவன் அருளும் கிடைக்குமாயின் வன்பிணியும் கெடும்; வீடும் எளிதாகும்.

இணையடி

குறிஞ்சி நிலம்; அதிலும் மலையடிவாரம். அங்கே அழகிய திருக்கோயில்; அதன்கீழ் அழகிய ஆறு எல்லாம் சேர்ந்து பார்க்கும்போது எத்தனை அழகிய காட்சியைத் தருகின்றன! மலையே அழகு. இறைவன் இயற்கையிலே படைத்த அழகெலாம் ஒருங்கே திரண்ட இடம் அது. மேகம் வந்து தங்கி மழை பொழிவதும், பிற இடங்களெல்லாம் வறண்டு போனாலும் அந்த மழையால் வளம் பெற்று விளங்குவதும் மலை அல்லவா?

காளத்தி மலை மிகப் பெரிய மலை அன்று; ஆனாலும் அழகிய மலை. அதன் அடியில்தான் திருக்காளத்திநாதர் கோயில் இருக்கிறது. மலையின்மேல் மலைக் கொழுந்தாக எழுந்தருளியிருக்கும் சிவபெருமானுக்குத் தம் கண்ணை இடந்து அப்பிய கண்ணப்பர் பெருமை பல நூல்களில் பரவியிருக்கிறது.

கோயில் பொன்முகலிக் கரையிலே விளங்குகிறது. சுவர்ணமுகி என்று வடமொழியில் அந்த ஆற்றின் பெயரை வழங்குகிறார்கள். பொன்னை முகந்துகொண்டு வருவதனால் பொன்முகலி என்று பெயர் வந்தது போலும். அந்தப் பெயர் முகலி என்றும் சுருக்கமாக வழங்கும். பொன்முகலியின் கரையினில் சிவபிரான் உமாதேவியாரோடும் எழுந்தருளி யிருக்கிறான்.

நல்ல மழை பெய்து பொன்முகலியில் வெள்ளம் வரும்போது பார்த்தால் எவ்வளவோ அழகாக இருக்கும். அந்த அழகில் கண்ணுடையவரெல்லாம் சொக்கி நிற்பார்கள். கவிக் கண்ணுடையவர்களோ அந்த வெள்ளத்தின் ஓட்டத்தோடு

தம்மிடம் கவிதை யூற்றும் பெருகநிற்பார்கள். சம்பந்தப் பெருமான் கவிக்கண்ணோடு பொன்முகலியைக் கண்டார்.

மலைப் பகுதிகளிலிருந்து வரும் ஆறாதலின் மலைமேல் வளரும் மரங்களை வேர் பறித்து அடித்துக்கொண்டு வருகிறது. சந்தன மரத்தை உந்தி வருகிறது. மிகவும் அரிதாகக் காணப்படும் அகிலை அகழ்ந்துகொண்டு வருகிறது. சாதி மரத்தைப் பறித்துக்கொண்டு வருகிறது. இதன் காயைத்தான் நாம் சாதிக்காய் என்று சொல்லுகிறோம். நாம் சாதிக்காயைப் பார்க்கிறோம்; சாதி மரத்தைப் பார்த்ததில்லை. அதனால் சாதிக்காய் மரம் என்று சொன்னால் நமக்கு விளங்குகிறது. தேக்கு மரத்தையும் பொன்முகலியாறு அடித்து வருகிறது.

இயற்கையிலே இது சிறிய ஆறாக இருந்தாலும் வெள்ளம் வரும்போது சந்தனம் முதலிய மரங்களை அடித்துக் கொண்டு வருவதனால் பெரிய ஆற்றைப் போலத் தோற்றுகிறது; மா முகலி என்று சொல்லும்படி அதன் தோற்றம் அமைந்திருக்கிறது.

ஆற்றங்கரையில் பொழில்கள் வளருகின்றன. மலையிலுள்ள காட்டு மரங்களை வேர் பறித்துக்கொண்டு வரும் ஆறு அதற்குப் பரிகாரமாகத் தன் கரையில் சோலைகளை வளரும்படி செய்கிறது. இறைவனுடைய தொடர்பு இல்லாத இடங்களில் தன் மனம் போனபடி செய்துவிட்டு அவனுடைய திருக் கோயிலுக்கு அருகில் நல்ல காரியத்தைச் செய்கிறது போலும்! மனிதனுடைய மனமே இப்படித்தான் இருக்கிறது. அது தன் போக்கில் நெடுநெறியிலே போய்க் கொண்டிருக்கிறது. ஆனால் நல்லோருடைய கூட்டுறவினால் அது நல்ல எண்ணங்களைக் கொள்கிறது.

பொன்முகலி யாற்றங்கரையில் பொழில்கள் நன்றாக வளர்கின்றன. அவற்றில் மந்தமாருதம் மெல்லென வீசுகிறது. அழகிய ஆறும் வளமுடைய பூம்பொழிலும் இனிய தென்றலும் இருக்கும் இடத்தில் நம்முடைய தந்தையாகிய இறைவன் வீற்றிருக்கிறான். தன்னைக் கண்டு வழிபட

வருகிறவர்கள் இளைப்பாறி இன்புறுவதற்கு ஏற்ற வகையில் இந்த அருமையான இடத்தில் திருக்கோயில் கொண்டிருக்கிறான். உமாதேவியாகிய நம் அன்னையுடன் இங்கே அவன் எழுந்தருளி யிருக்கும்போது இந்தத் தலத்தின் பெருமை மேன்மேலும் வளர்வது ஆச்சரியம் அன்றே? வளங்கள் மல்கிய காளத்தி என்ற புகழ் இத்தலத்துக்கு உண்டாகிவிடுகிறது.

இந்த அழகிய நிலைக்களத்தில் இறைவனைக் கண்டு விட்டால் அவனுடைய திருக்கோலம் அடியார்கள் உள்ளத்தில் நன்றாகப் பதிந்துவிடும். அவனுடைய திருவுருவத்தில் அடியார்களுக்குப் பற்றுக்கோடாக இருப்பவை அவனுடைய இரண்டு திருவடிகள். ஆதலின் மற்ற உறுப்புக்களை விடத் திருவடிகளே அடியார்களுக்குச் சிறந்தவை. இறைவனுடைய திருக்கோலத்தை உள்ளத்தே பதித்துக் கொண்ட அடியார்கள் அவன் திருவடிகளை என்றும் மறக்கமாட்டார்கள். ஓர் ஊருக்குச் அன்று அங்குள்ள பல காட்சிகளைக் கண்டு நினைவில் வைத்திருந்தாலும் தாம் நல்ல விருந்துண்ட இடத்தைப் பின்னும் அழுத்தமாக உள்ளத்தில் நினைப்பது மக்கள் இயல்பு. மற்றக் காட்சிகள் மெல்ல மெல்ல மறந்து போனாலும் தாம் இன்பம் பெற்ற இடத்தை எளிதில் மறக்க வொண்ணாது.

இறைவனுடைய திருக்கோலத்தில் என்றும் மறக்க ஒண்ணாதவை அவனுடைய திருவடிகளே; பலபல திருவுருவங்களை உடைய கடவுளுக்கு வெவ்வேறு கோலங்கள் உண்டு. முகங்கள் பல இருக்கும். திருக்கரங்கள் பல இருக்கும். ஆனால் எந்தத் திருக்கோலத்திலும் மாறாமல் இருப்பவை இரண்டு திருவடிகளே. அவற்றைப் பற்றிக்கொண்டவர்கள் ஏமாந்து போக மாட்டார்கள். இறைவன் எந்த வேடம் போட்டாலும் அந்த வேடத்தை மாத்திரம் கண்டு மயங்குபவர்களுக்கு விருப்பு வெறுப்பு உண்டாகலாம். தம் வணக்கத்துக்குரிய கடவுளே வேறு உருவத்தில் இருக்கிறான் என்ற உண்மை தெரியாமற் போகலாம். ஆனால் அடியைப் பற்றிய அன்பர்களுக்கு இந்த

வேறுபாடே தோன்றாது. அடி பற்றினால் உண்மை வெளிப்பட்டுவிடும்.

இறைவனுடைய திருவுருவம் அனைத்தையும் நினைந்து வழிபடுவது எளிதன்று. அவற்றைக் கண்டு களித்தாலும் நாளடைவில் மறந்து போகும். ஆனால் அவன் திருவடிகளைப் பற்றிக்கொண்டால் அவை உள்ளத்திலே ஆழப் பதியும். அவற்றை எளிதில் மறக்க வொண்ணாது.

இந்த விரகறிந்தே அன்பர்கள் இறைவனுடைய அடிகளைப் பற்றி அடியார்கள் ஆயினர். யாவருக்கும் பொதுவாகிய மறையை உணர்த்தவந்த திருவள்ளுவரும், கடவுள் வாழ்த்தில் ஏழு பாடல்களில் இறைவன் அடியைப் பற்றுதலை வற்புறுத்திச் சொன்னார். அவன் திருக்கோலத்தைச் சொல்லாமல், "வாலறிவன் நற்றாள்", "மலர்மிசை ஏகினான் மாணடி", "வேண்டுதல் வேண்டாமை யிலான் அடி", "தனக்குவமை இல்லாதான் தாள்", "அறவாழியந்தணன் தாள்', 'எண்குணத் தான் தாள்', 'இறைவன் அடி" என்று திருவடியையே எடுத்துரைத்தார். அடிபற்றுதல் எல்லாச் சமயத்தினருக்கும் பொதுவான நெறி; பக்தர்கள் உண்மையான பயனை அடையும் நெறி.

திருக்காளத்தி மலையின் அடிவாரத்தில் நறுமலர் மணக்கும் பொழிலினிடையே முகலி யாற்றங்கரையில் உமாதேவியாரோடு எந்தையாகிய இறைவன் அழகொழுக வீற்றிருக்கும் திருக்கோலம் மிக அழகியதுதான். இவற்றைக் கண்ணாரக் காணும்போது உள்ளத்தில் மலையும் கோயிலும் பொழிலும் ஆறும் அம்மையும் அப்பனும் ஒன்றிய காட்சி படமாகப் படிகிறது. நாளடைவில் மலை மறைகிறது; பொழில் மறைகிறது; ஆறும் கோயிலும் மறைகின்றன; தேவியின் கோலமும் இறைவன் திருக்கோலமும் மறந்து போகின்றன. ஆனால் அவனுடைய இணையடிகள் மாத்திரம் மறவாமல் மனதில் நிற்கின்றன. மற்றவற்றை நினைக்கும் போது படலம் போர்த்தவை போலத் தோன்றுகின்றன.

ஆனால் இறைவன் இணையடிகளோ மனத்திலே முளைத்தவைபோல மங்காமல் பொலிவுடன் இருக்கின்றன.

இந்த நிலையைச் சம்பந்தர் சொல்கிறார்.

சந்தமார் அகிலொடு சாதிதேக் கம்மரம்
உந்துமா முகலியின் கரையினில் உமையொடும்
மந்தமார் பொழில்வளர் மல்குவண் காளத்தி
எந்தையார் இணையடி என்மனத்து உள்ளவே.

(சந்தனம், கிடைத்தற்தரிய அகிலோடு சாதி மரம், தேக்குரம் ஆகியவற்றைப் பறித்துத் தள்ளிக் கொண்டு வரும் பொன் முகலியின் கரையினில் (அமைந்த திருக்கோயிலில்) உமாதேவியோடும் (அமர்ந்தருளிய) மந்த மாருதம் நிரம்பிய பொழில் வளர்வதும் வளம் மல்குவதுமாகிய காளத்தியப்பருடைய இரண்டு திருவடிகள் என் மனத்தில் என்றும் மறவாதவண்ணம் உள்ளன.

சந்தனம் - சந்தன மரம். ஆரகில் - அரு அகில்; கிடைத்தற்கரிய அகில்; நிரம்பிய அகில் என்பதும் பொருந்தும். சாதி - சாதி மரம். தேக்கம்மரம்: விரித்தல் விகாரம். உந்தும் தள்ளும். வெள்ளம் வந்தபோது பெரிதாகத் தோற்றுதலின் 'மாமுகலி' என்றார்; மா- பெரிய. முகலி- பொன் முகலியாறு. உமையொடும் எழுந்தருளியுள்ள எந்தையார், காளத்தி எந்தையார். என்று கூட்டுக. மந்தம்-மந்த மாருதம். ஆர்- பொருந்திய. பொழில் வளர் காளத்தி, மல்குவண் காளத்தி என்று கூட்ட வேண்டும். மல்குவண் காளத்தி- பெருகிய வளத்தையுடைய திருக்காளத்தி. எந்தையார் - எம் தந்தையார். காளத்தியப்பன் என்று இறைவனைச் சொல்லும் வழக்கு இருப்பதனால் காளத்தி எந்தையார் என்றார். இணையடி- இரண்டு திருவடிகள். உள்ள - உள்ளன; இருக்கின்றன. ஏ: அசை நிலை.]

கல்லா நெஞ்சு

திருவள்ளுவருக்குக் கல்வியினிடத்தும் கற்றாரிடத்தும் மிக்க அன்பு உண்டு. கல்வி வேண்டுமென்று ஓர் அதிகாரத்தாற் சொன்னது போதாதென்று, கல்லாமை கூடாது என்று மற்றோர் அதிகாரத்தால் சொல்கிறார். கல்லாதவரைக் கண் இல்லாதவ ரென்றும், அவர்களுடைய கண்கள் புண்களுக்கு ஒப்பானவை என்றும், அவர்கள் அவையேறத் தகுதியில்லாதவரென்றும், பயவாத களர்நிலம் போன்றவரென்றும், அவர்கள் அழகு மண்பொம்மையின் அழகுக்குச் சமானம் என்றும், அவர்கள்பால் செல்வமிருந்தும் பயனில்லையென்றும் அவர்களை விலங்கோடு சேர்த்து எண்ண வேண்டுமென்றும் சொல்கிறார். உண்மையாகக் கற்றதன் பயன் வாலறிவனாகிய இறைவனுடைய தாளைத் தொழுதல் என்று தம் நூலின் தொடக்கத்திலே அறிவுறுத்துகிறார்.

கல்லாதாருடைய நெஞ்சம் நல்ல நெஞ்சம் அன்று. மனத்தை நடுநிலைமையில் வைத்து, விருப்பு வெறுப்பு இன்றிக் கற்பதுதான் கல்வி. அத்தகைய கல்வியினால் அறிவு மிகும்; உள்ளம் திருந்தும்.

பள்ளிக்கூடத்தில் கற்பதுதான் கல்வி என்று பலர் எண்ணுகின்றனர். மெய்யறிவு மிகுவதற்கு ஏதுவாகவும், நடு நிலைமையை உண்டாக்குவதுமாகிய கல்வியே கல்வியாகும்.

**"தொட்டனைத் தூறும் மணற்கேணி; மாந்தர்க்குக்
கற்றனைத் தூறும் அறிவு"**

என்று திருக்குறளும்,

........நெஞ்சத்து
நல்லம்யாம் என்னும் நடுவு நிலைமையாற்
கல்வி அழகே அழகு"

என்று நாலடியாரும் கூறுபவற்றைக் காண்க.

அறிவுடையார் இறைவனை எண்ணி அவனுடைய திருவருளை அடைய வேண்டும் என்ற ஆர்வம் மிகப் பெறுவார்கள். தம் உள்ளத்திலுள்ள மாசைக் களைவார்கள். அப்படிச் செய்யாதார் கல்வி கற்றாரேனும் அவர் கல்வி போலிக் கல்வியாகும்.

கல்வியினால் அறிவு விளக்கம் பெற்ற நெஞ்சில் இறைவன் எழுந்தருளியிருப்பான். எல்லோருடைய உள்ளத்திலும் அவன் இருந்தாலும், இருட்டறையிலே இருப்பவனை அவன் அருகில் நிற்பவனும் காணமுடியாதது போலக் கல்வியில்லாதாருடைய உள்ளத்தே அறியாமை இருளில் அவனைக் காண ஒண்ணாது. கல்வியின் துணைகொண்டு அறிவாகிய விளக்கை ஏற்றிவைத்த நெஞ்சத்தில் இறைவன் தன் அருள் வெளிப்படுமாறு இலங்குவான்.

"எல்லா உயிர்க்கும் இறைவனே ஆயினும்
கல்லாதார் நெஞ்சத்துக் காணஒண்ணாதே"

என்பார் திருமூலர்.

கல்லாதவர்களுடைய நெஞ்சம் மரக்கட்டை போன்றது. மின்சாரம் எவ்விடத்தும் இறைவனுடைய அருளாகிய பாய்ந்தாலும் அதனைத் தன்பால் ஏற்றுக்கொள்ளும் இயல்பு மரக்கட்டைக்கு இல்லை. இறைவன் இந்தா இந்தா என்று கொடுத்தாலும் அப்படிக் கொடுப்பதைக் காணாத கண்ணும் வாங்கிக்கொள்ள இயலாத கையும் உடையாரைப் போன்றவர்கள், உண்மைக் கல்வியைக் கல்லாதவர்கள். ஆதலின் ஞான சம்பந்தரும் திருமூலரோடு சேர்ந்து கொண்டு,

"கல்லா நெஞ்சில் நில்லான் ஈசன்"

என்று சொல்கிறார்.

இறைவனைப்பற்றி எண்ணும் நெஞ்சமே கல்லாதவருக்கு இல்லையென்றால் அவர்கள் எங்கே அவன் திருநாமத்தையும் திருப்புகழையும் சொல்லப்போகிறார்கள்? அவன் திருநாமத்தைச் சொல்வோர் ஆயிரமாயிரம் பேர் இருந்தாலும் அவர்களோடு பயிலும் பாக்கியம் அவர்களுக்கு இல்லை. அவர்கள் தம்மைப் போன்றவர்களோடு பயின்று அவர்களையே நல்லவர்களாகக் காணும் இயல்புடையவர்கள். அதனால் திருமூலர் மிக்க சினத்தோடு பின்வருமாறு சொல்கிறார்:

"கல்லாத மூடரைக் காணவும் ஆகாது
கல்லாத மூடர்சொற் கேட்கக் கடன் அன்று
கல்லாத மூடர்க்குக் கல்லாதார் நல்லராம்
கல்லாத மூடர் கருத்தறி யாரே."

ஞானசம்பந்தப் பெருமான் ஈசனது தொடர்புடைய பொருள்களையே நாடுபவர். உலகில் எத்தனையோ சிறந்த இடங்கள் இருந்தாலும் இறைவனுடைய ஆலயங்கள் உள்ள தலங்களையே நாடிச் சென்றார். எத்தனையோ மக்கள் வாழ்ந்தாலும் இறைவன் அடியார்களையே தமர்களாகக் கொண்டு ஒழுகினார். கல்வியினாலும் கேள்வியினாலும் அறிவு விளக்கம் பெற்று இறைவனடி பேணினவர்களைப் பெரியோராக எண்ணி மதித்தார்.

"கற்றல் கேட்டலுடை யார்பெரி யார்அவர் கையால்
தொழுதேத்தப்
பெற்றம் ஊர்ந்தபிர மாபுரம் மேவிய
பெம்மான் இவன் அன்றே"

என்று தாம் பாடிய முதல் திருப்பதிகத்திலே கற்றல் கேட்டல் உடையாரைப் பெரியார் என்று பாடினார்.

அவருக்கு ஈசன் நில்லாத; கல்லாத நெஞ்சுடையாரோடு பழகப் பிடிக்குமா? எப்போதும் இறைவனை

எண்ணுவாரோடும், சேர்ந்து வாழும் பெரியார் அவர். அடியார் கூட்டத்தில் இருப்பதையே சிவலோகத்தில் வாழும் வாழ்வாகக் கருதுபவர்.

ஆகவே, கல்லாத நெஞ்சத்தை உடையவரும், இறைவன் புகழைச் சொல்லாதாரும் இருக்கும் இடத்தில் சம்பந்தருக்கு என்ன வேலை? அடியாரோடு நல்லவராக இருக்கும் அப் பெருமான் இறைவன் பேர் சொல்லாதவரோடு அல்லவராகத் தான் இருப்பார்.

'அடியாருக்கு வேண்டியவர்; அல்லாதாருக்கு வேண்டாதவர்' என்று சொல்வதில் ஒரு பெருமை உண்டு. அல்லாதவரை வெறுப்பவர் அல்ல; அவரை விரும்புவரும் அல்ல. "இறைவன் திருநாமத்தைச் சொல்லாதாரோடு நாம் இனம் அல்லோம்" என்று திருஞான சம்பந்தர் பாடுகிறார்.

"கல்லா நெஞ்சில்
நில்லான் ஈசன்;
சொல்லா தாரோடு
அல்லோம் யாமே."

[கல்லாத நெஞ்சில் ஈசன் நிற்கமாட்டான். (அத்தகைய நெஞ்சுடையவராகி அவனுடைய திருநாமத்தைச்) சொல்லாதாரோடு யாம் ஒன்றுபடும் இனம் அல்லோம். அல்லோம்- இனம் அல்லோம்.]

'கற்ற நெஞ்சம் படைத்தவர், இறைவன் எழுந்தருளும் நெஞ்சம் படைத்தவர், இறைவன் திருநாமத்தைச் சொல்பவர் ஆகிய அடியாரோடு நாம் சேர்ந்திருப்போம். கல்லாத நெஞ்சமும் இறைவன் நில்லாத நெஞ்சமும் படைத்து அவன் திருநாமத்தைச் சொல்லாதவரோடு நாம் அவரல்லாதாராவோம்; அவரோடு ஒரு சேரவைக்கும் இனம் அல்லோம் ஆவோம்' என்கிறார் ஆளுடைய பிள்ளையார்.

அடியார் அனைவருக்கும் இதுவே இயல்பாதலின் அவர்களையும் சேர்த்தே 'யாம்' என்று பன்மையால் சொன்னார்.

இந்தத் திருப்பாட்டையுடைய திருப்பதிகம் எந்தத் தலத்தையும் சார்த்திப் பாடாத பொதுப்பதிகம். இப்பாட்டின் அடி ஒவ்வொன்றிலும் இரண்டே சீர்கள் உள்ளன. இரண்டு சீருள்ள இடிக்குக் குறளடி என்று பெயர். இந்தப் பாட்டைப் போல வேறு பல பாடல்கள் ஞானசம்பந்தர் தேவாரத்தில் உள்ளன. மந்திரத்தைப் போலச் சுருங்கிய உருவத்தில் அமைந்தமையால் இதனையே மந்திரம் என்று சொல்லி விடலாம். திருமந்திரம் என்ற நூல் அத்தகைய பெருமை உடைமையால்தான் அப்பெயர் பெற்றது.

நிறைமொழி மாந்தராகிய சம்பந்தர் ஆணையினாற் கிளந்த மறைமொழி யாதலின் மந்திரம் என்று கூறுதல் மிகவும் பொருந்தும். மந்திரத்துக்கு இருக்கு என்று ஒரு பெயர் உண்டு. இத்தகைய பாடல்கள் மந்திரமாக மதித்தற்குரியன ஆதலின் திரு இருக்கு என்றும் குறளடியால் அமைந்தமையின் குறள் என்றும் பெயர்கள் வந்தன இரண்டையும் சேர்த்துத் திரு இருக்குக் குறள் என்று இத்தகைய பாடல்களை வழங்குவர்.

ஆர நல்குபவர்

இறைவனுடைய அன்பர்களுக்கு உலகில் அவனையன்றி வேறு துணை இல்லை என்ற உறுதிப்பாடு இருக்கும். தமக்கு வேண்டிய பொருள் ஏதாயினும் மனிதர் கொடுத்துக் கிடைக்கப் போவதில்லை. எல்லாம் அவனருளால் வரவேண்டும் என்ற உண்மையும் தெரியும். ஆதலின் தங்களுக்கு எது வேண்டுமானாலும் இறைவனை அணுகி விண்ணப்பம் செய்வார்கள். ஆலவாயில் இறைவனை அருச்சித்து வந்த தருமி என்னும் ஆதிசைவர் திருமணம் செய்துகொள்ள வேண்டுமென்று விரும்பினார்; இறைவனிடம் விண்ணப்பித்துக்கொண்டார். அவன் பொற்கிழி வாங்கி அளித்தான். பாண்டிய மன்னர்கள் வேண்டியவற்றை வேண்டியபடியே அப்பெருமான் வழங்கியதைத் திருவிளையாடற் புராணம் விரிவாகப் பேசுகிறது.

மனத்திலே மாசு இல்லாமல் இறைவன்பால் முறுகிய அன்பும், யாம் வேண்டுவனவற்றையெல்லாம் இறைவன் அருள்வான் என்ற நம்பிக்கையும் உடைய தொண்டர்கள் இயல்பாகவே இறைவனை வழிபடுவதோடு, தமக்கு ஒன்று வேண்டுமானால் உணர்ச்சி விஞ்சிப் பின்னும் சிறப்பாக வழிபடுவார்கள். குழந்தை தனக்கு ஏதேனும் வேண்டுமானால் தாயினிடம் அழுது சாதித்துப் பெற்றுக்கொள்வது போன்றது இது. அன்பின் நிலையில் இதுவும் ஒன்று. பலரிடம் கெஞ்சியும் கொஞ்சியும் வழிபட்டும் பொருள் பெறுவது தொழில்; அன்பன்று. தமக்கு ஆதாரமானவன் இவனே என்று உணர்ந்து அவன் தந்தாலும் தராவிடினும் அவனையே நச்சி வேண்டுகை அன்பு.

இறைவனிடம் பக்தி உடையவர்கள் தமக்கு வேண்டி யதை அவனிடம் விண்ணப்பித்துக் கொள்வார்கள். அவன் அருளால் வேண்டியது கிடைத்தால் மிக்க மகிழ்ச்சி கொள்வார்கள். கிடைக்காவிடின் வருந்துவார்கள்; ஆனால் இறைவனிடம் உள்ள அன்பிலே தளர்ச்சி உண்டாகாது. கொடுத்தால் விரும்பி அணைதலும், கொடுக்காவிட்டால் விலகுதலும் வாணிக மனப்பான்மை. அதனை அன்பென்று சொல்லுதல் கூடாது.

நினைத்தது கிடைத்தாலும் கிடைக்காவிட்டாலும் அன்பிலே சிறிதும் தளர்வின்றி நிற்கும் அன்பர்களே மாசு இல்லாத் தொண்டர்கள். அத்தகைய தொண்டர்கள் இறைவன் அருளால் தாம் வேண்டியவற்றைப் பெறாமல் இருப்பது மிக அருமை.

திருஞான சம்பந்தமூர்த்தி நாயனார், அன்பர்கள் வேட்கையை அறிந்து இறைவன் நிறைவேற்றும் வண்மையைப் பாராட்டுகிறார். தன் காதலன்பால் ஒரு பொருளைப் பெற எண்ணிய மனைவி இயற்கையாகச் செய்யும் கடமைகளில் தவறாமல் இருப்பதோடு, பின்னும் தன் ஆர்வந் தோன்ற உபசரிப்பது உலகியல்பு. மனித மனத்தின் இயல்பு இது. தொண்டர்கள் எக்காலத்தும் இறைவனுடைய நினைவை மறவாதவர்கள். உலக வாழ்க்கையில் தமக்கு ஒன்று வேண்டுமென்றால், தாம் ஆசைப்பட்ட அப்பொருளைப் பெறும் இடம் இறைவனையன்றி வேறு இல்லை என்று உணர்பவர்கள். ஆகவே அவர்களுக்கு ஏதேனும் வேண்டு மென்று ஆசை உண்டானவுடன் தம் ஆசையை வெளிப்படுத்த நினைக்கிறார்கள். இறைவனுக்குப் பூசை செய்கிறார்கள். வழக்கமாகச் செய்யும் வழிபாட்டைவிடச் சிறப்பாகச் செய்கிறார்கள். அவர்கள் உள்ளத்தில், "இது கிடைக்காவிட்டால் இவனை மறப்போம்" என்ற மாசு இல்லை. இது வேண்டுமென்ற ஆசை எழுந்தவுடன் அதனோடு தொடர்புடைய செயலைப் போல அவர்கள் இறைவனை வழிபடும் வழிபாடும் நிகழ்கிறது. மலர்கொண்டு வணங்குகிறார்கள். அவர்களுடைய பூசையை ஏற்றுக் கொண்டு மகிழ்கிறான் இறைவன். 'இவர்கள் வேறு புகலிடமின்றி நம்மை வழிபடுகிறார்கள். இவர்களுக்கு

வேண்டியவற்றை அளிப்பதற்குத்தானே நாம் இருக்கிறோம்?' என்று இறைவன் அவர்களுடைய ஆசையெல்லாம் நிரம்பும்படி அருள் செய்கிறான்.

**"பரந்துபல் ஆய்மலர் இட்டுமுட்டாதடி யேஇறைஞ்சி
இரந்தவெல் லாம்எமக் கேபெற லாம்என்னும்
அன்பர்உள்ளம்
கரந்துநில் லாக்கள்வனே"**

என்று மாணிக்க வாசகர் சொல்கிறார்.

அத் தொண்டர்கள் மாசில்லாதவர்கள் என்பதை உணர்ந்தவன் இறைவன். குழந்தை கொஞ்சிக் கொஞ்சிக் கேட்டால் கொடிய தந்தையும் மனங்குழைந்து அதற்கு வேண்டியதை வாங்கி அளிப்பான். எல்லாருக்கும் நல்ல தந்தையாகிய இறைவன் தன் தொண்டர்களுக்கு வேண்டிய வற்றை அருள்வது வியப்பு அன்றே?

**"வேண்டத் தக்க தருள்வோய்நீ
வேண்ட முழுதும் தருவோய்நீ"**

என்பது திருவாசகம்.

**மாசில் தொண்டர் மலர்கொண்டு வணங்கிட
ஆசை ஆர அருள்நல்கிய செல்வத்தர்.**

[குற்றம் இல்லாத தொண்டர்கள் அருச்சனைக்குரிய மலர்களைத் தேர்ந்து கைக்கொண்டு அருச்சித்து வழிபட, அவர்களுடைய ஆசை நிரம்பும்படியாக அருளை வழங்கும் செல்வத்தை உடையவர்.

மாசு-நலம் பெற்றால் விரும்புவதும், பெறாவிடின் வெறுத்து நீக்குவதுமாகிய இயல்பு. ஆர-நிரம்ப. நல்கிய-கொடுத்த.]

தொண்டர்கள் ஆசையை அவர்கள் சொல்ல வேண்டு மென்பது இல்லை. அவர்கள் சொல்லாமலே. குறிப்பால் அறிந்து கொள்ளும் தன்மையுடையவன் இறைவன்.

இத்தகைய உபகாரியை எங்கும் காணமுடியாது. தன்பால் உள்ள செல்வத்தைக் குறிப்பறிந்து ஈபவனே உத்தமமான வள்ளல். இறைவன் அத்தகையவன். உலகில் உள்ள செல்வர்களுடைய செல்வம் ஒரு வரையறைக்கு உட்பட்டது. இரப்பவனது குறிப்பறிந்து தரும் வண்மை ஒருவனுக்கு இருக்கலாம். ஆனால் இரப்பவனது ஆசை முழுவதும் நிரப்புவதற்குரிய ஆற்றல் உலகத்துச் செல்வர் யாருக்கும் இல்லை. ஆசை அளவற்றது. அதை நிரப்ப வேண்டுமானால் அளவற்ற செல்வம் உடையவனால்தான் முடியும். இறைவன் குறைவிலாச் செல்வன். அவன் ஒருவனால்தான் ஆசை ஆர நல்க முடியும். தொண்டர் களின் ஆசை ஆரும்படி நல்கிய செல்வத்தன் இறைவன் என்பது எவ்வளவு உண்மையானது!

தொண்டர்களுக்கு வேண்டியவற்றைத் தரும் வள்ளலாகிய இறைவன் எல்லோரிடத்தும் அப்படி இருப்பதில்லை. இன்னாருக்கு இன்னபடி படியளக்க வேண்டும் என்பதை உணர்ந்தவன் அவன். அந்த நியதிதான் அறம். அதனையே அவன் வாகனமாகக் கொண்டிருக்கிறான். தன்னை வழிபடுவாரைத் தாங்கும் அறம் இறைவனுக்குரியது. நல்லோரைத் தாங்குவதும் அல்லாதவரை ஒறுத்தலும் அறத்தின் பகுதிகள். நல்லோரிடத்து நல்லதாக நிகழும் அறமே அல்லாதவரிடம் கொடியதாகத் தோற்றும்.

“என்பி லதனை வெயில்போலக் காயுமே
அன்பி லதனை அறம்”

என்னும் குறள் இதனையே சொல்கிறது.

அறத்தின் உருவமாகிய விடை சில சமயங்களில் சினமுடையதாகத் தோற்றும். கடுமையான கோபம் உடையதாக இருக்கும்; காய் சினத்தை உடைய விடை என்று சொல்லும் படியாக, அன்பில்லார் உணர்வார்கள். இறைவன் நல்லோருக்கு நல்கும் தன்மையினனாக இருப்பதோடு அல்லோர்பால் காய்சினம் காட்டும் விடையை உடையவனாகவும் விளங்குகிறான்.

காய்சி னத்த விடையார்.

திருக்கருகாவூரில் எழுந்தருளியிருக்கும் முல்லைவன நாதரைத் தரிசித்தபோது சம்பந்தப் பெருமானுக்கு இந்த எண்ணங்கள் தோன்றின. இறைவன் இயல்பும் அவன் ஏறும் விடையின் இயல்பும், அவனுடைய தொண்டர்கள் எல்லா நலங்கள் பெறுதலையும் அல்லாதார் துன்புறுதலையும் நினைப்பூட்டின.

இறைவன் பலபல திமருமேனியை உடையவன். அவன் செஞ்சோதிப் பிழம்பாக நிற்பவன். எரியும் நெருப்புப் போன்ற வண்ணமுடையவனாகவும் நிற்பான். எரியும் எரிவண்ணம் ஈசனது வண்ணம் என்பதில் ஓர் உண்மை அடங்கியிருக்கிறது. அவன் சிவந்த திருமேனி படைத்தவன்; நீறு பூசியிருப்பவன், நீறு பூத்த நெருப்புப் போல. எரி தன்னைத் தக்கவண்ணம் பயன்படுத்தும் அறிஞர்களுக்கு உணவு சமைக்கவும், வெந்நீர் வைக்கவும், வேண்டாத அழுக்குப் பொருளைக் கொளுத்தவும், குளிரைப் போக்கிக் கொள்ளவும், இருட்டைப் போக்கவும் துணையாகிறது. அதனால் எரிபட்டு அழிவாரும் உண்டு. அன்பர்கள் இறைவனுடைய அருளாற் பயன் அடைகிறார்கள். அல்லாதார் அவனுடைய அருள் பெறாமல் துன்பம் அடைகிறார்கள்.

கருகா வூர்எம்
ஈசர் வண்ணம்எரி யும்எரி வண்ணமே.

[திருக்கருகாவூரில் எழுந்தருளியிருக்கும் சிவபெருமானுடைய மேனியின் நிறம் எரிகின்ற தீயைப் போன்ற வண்ணம் ஆகும். வண்ணம்-நிறம்; தன்மை. எரி-நெருப்பு.]

திருக்கருகாவூர் என்பது சோழநாட்டில் உள்ள தலம். பாபநாசம் என்ற ரெயில் வண்டி நிலையத்துக்குத் தெற்கே நான்கு மைல் தூரத்தில் உள்ளது. இப்போது திருக்களாவூர் என்று இதன் பெயர் வழங்குகிறது. வெட்டாறு என்ற ஆற்றின் தென்கரையில் இருக்கிறது. இந்தத் தலத்துக்கு முல்லைவனம் என்ற பெயரும் உண்டு.

கடிகொள் முல்லைகம ழுங்கரு காவூர்

என்றும்,

கைதன் முல்லைகம முங்கரு காவூர்

என்றும்,

கந்த மௌவல்கம ழுங்கரு காவூர்

என்றும் இத்தலத் திருப்பதிகப் பாடல்களில் ஞானசம்பந்தர் குறிப்பிடுகிறார்.

இத் திருத்தலத்திற்கு ஞானசம்பந்தர் திருப்பதிகம் ஒன்றும், திருநாவுக்கரசர் திருப்பதிகம் ஒன்றும் உள்ளன.

மாசில் தொண்டர்மலர் கொண்டு வணங்கிட
ஆசை ஆரஅருள் நல்கிய செல்வத்தர்;
காய்சி னத்தவிடை யார்;கரு காவூர்எம்
ஈசர் வண்ணம்எரி யும்எரி வண்ணமே.

[செல்வத்தர், விடையார், ஈசர் ஆகிய இறைவருடைய வண்ணம் எரிவண்ணம் என்று கூட்ட வேண்டும். எரியும் மெரிவண்ணமே என்று சொல்லவேண்டும்! இது செய்யுள் ஓசை நோக்கி வந்த விரித்தல் விகாரம்.]

திருவைந்தெழுத்து

ஒரு பொருளின்பால் விருப்பம் இருக்குமானால் அந்தப் பொருளினை நன்கு மதிக்கும் இயல்பு மனிதனுக்கு உண்டாகும். ஒருவரிடம் அன்பு இருக்குமாயின் அவருடைய குணங்கள் யாவும் விளக்கமாகத் தெரியும்; குற்றங்கள் யாவும் மங்கிவிடும். நுகர்வதற்குரிய பொருள் ஒன்றை நெடுங்காலம் பெறாமல் முயன்று வாட்டமுற்று இறுதியிற் பெற்று நுகர்ந்தால் அதனால் வரும் இன்பம் பன்மடங்கு அதிகமாகும். பசி உடையவனுக்கு நல்ல உணவில் மிக்க சுவை தோன்றும். பசியில்லாதவனுக்கு அத்துணைச் சுவை தோன்றாது. வயிற்று வலிக்காரனுக்குச் சில சமயங்களில் உணவைக் கண்டால் வெறுப்புக்கூடத் தோன்றிவிடும். அந்த வெறுப்புக்கு உணவின் குறை காரணம் அன்று; அவனுடைய வயிற்று வலியே காரணம்.

இறைவனுடைய புகழும் திருநாமமும் இனிக்கின்றன என்று அருட்பெருஞ் செல்வர்கள் சொல்கிறார்கள். அந்தப் புகழையும் திருநாமத்தையும் நாம் கேட்கும்போது அத்தனை இனிப்பதில்லை. காதலி ஒருத்தி நாலு பேரோடு பேசிக் கொண்டிருக்கும் போது அவளுடைய காதலனைப்பற்றி யாரேனும் புகழ்ந்தால் அவளுக்கு எத்தனை இனிமையாக இருக்கிறது! அவனுடைய பெயர் பத்திரிகையில் வந்தால் அவள் எவ்வளவு முறை பார்த்துப் பார்த்து மகிழ்ச்சி அடைகிறாள்! மற்றவர்கள் கண்களில் அந்தப் பெயர் பட்டாலும் அவர்களுக்கு அதுபோன்ற மகிழ்ச்சி உண்டாவதில்லை. அதற்குக் காரணம் என்ன? அந்தப் பெண்ணுக்கு அப் பெயருடையவனிடம் இருக்கும் காதல்தான்.

இந்தக் காதல் இருந்தால் அதனாற் பற்றப் பெற்றவரிடத்தில் ஒருவகை உள்ள நெகிழ்ச்சி உண்டாகும். அவரோடு தொடர்புடைய எல்லாப் பொருளிடத்தும் விருப்பம் அமையும். அந்தப் பொருள்களை நன்றாகப் பயன்படுத்திக் கொள்வர்.

இறைவனுடைய திருவுருவங்களையும் அவற்றை வைத்து வழிபடும் கோயில்களையும் தரிசிக்கும்போது பக்தி உணர்ச்சி மிக்கு அதனால் இன்புறுவார்கள் அன்பர்கள். ஏனையோர் களுக்கு அந்த அநுபவம் இராது. நடராஜத் திருக்கோலத்தைக் கண்ட சுந்தரமூர்த்தி நாயனார் அடைந்த பேரின்ப அநுபவத்தைச் சேக்கிழார் பின்வருமாறு சொல்கிறார்:

"ஐந்துபே ரறிவும் கண்களே கொள்ள
அளப்பருங் கரணங்கள் நான்கும்
சிந்தையே யாகக் குணம்ஒரு மூன்றும்
திருந்துசாத் துவிகமே ஆக
இந்துவாழ் சடையான் ஆடும்ஆ னந்த
எல்லையில் தனிப்பெருங் கூத்தின்
வந்தபே ரின்ப வெள்ளத்துள் திளைத்து
மாறிலா மகிழ்ச்சியில் மலர்ந்தார்."

இந்த அநுபவம் சுந்தரமூர்த்தி நாயனாருடைய திருவுள்ளப் பக்குவத்தின் விளைவாக உண்டாயிற்று. இறைவனிடம் அவருக்கு இருந்த காதல் இந்த இன்பத்தை உண்டாக்கியது. பருவம் வராத பெண்ணுக்கு ஆடவன் இருந்தும் பயன் இல்லை. பருவம் வந்த பெண் ஆடவனால் இன்பத்தை அடைவாள். பெண்ணுக்குப் பருவம் இருப்பினும் ஆடவனின்றி இன்பம் இல்லை. அவ்வாறே இறைவனுடைய திருவுருவம் முதலியன பக்தியுணர்ச்சி உடையாருக்கு இன்பத்தை உண்டாக்குகின்றன; மற்றவர்களுக்கு உண்டாக்குவதில்லை. பக்தி உணர்ச்சியுடையவர்கள் பிற பொருள்களிலே இன்பம் காணாமல் இறைவனுடைய தொடர்பு பெற்ற பொருள்களிலே இன்பம் காணுகிறார்கள்.

மனம் உருவத்தையும் பெயரையும் உடைய பொருள்களைப் பற்றிக் கொள்வது. இறைவனுடைய உருவத்தையும் திருநாமத்தையும் அன்பர்களுடைய உள்ளம் பற்றிக் கொள்ளும். எப்போதும் அவனுடைய திருநாமத்தைச் சொல்வதில் இன்பம் காணும். அதற்கு இறைவன்பால் உள்ள காதலே காரணம். காதல் உண்டானால்தான் இறைவனை நினைக்கும்போது மனம் உருகும். அப்படி உருகும் தன்மை மிகுதியாகும்போது கண்ணீர் மல்கும். உள்ளத்தில் காதல் இருந்தால் பல பல எண்ணங்களினிடையிலும் காதல் செய்யும் பொருளின் எண்ணம் நிகழும்போது மற்றவற்றை விட்டுவிட்டு அதனையே எண்ணி உருகும் செயல் உண்டாகும். உள்ளத்தில் நிகழும் அந்த நெகிழ்ச்சி மிகும்போது, அது உடம்பில் மெய்ப்பாடாக வெளிப்படும். அன்பினால் அகத்தே உண்டான நெகிழ்ச்சியைப் புறத்தே கண்ணிலேயிருந்து தோன்றும் நீரினால் உணரலாம்.

***"அன்புக்கும் உண்டோ அடைக்குந்தாழ்? ஆர்வலர்
புன்கணீர் பூசல் தரும்"***

என்று வள்ளுவர் கூறினார்.

இறைவனுடைய திருநாமத்தை ஓதுகின்ற அன்பர்களுடைய நெஞ்சத்தில் அவன்பால் ஆராத காதல் இருப்பதால் அவர்கள் உள்ளம் கசிகிறது; கண்ணில் நீர் மல்குகிறது; பிறகு வாயினால் அத்திருநாமத்தை ஓதுகிறார்கள். திருநாமத்தை வாயினால் சொல்வதன்றி உள்ளத்தே தோன்றும் உணர்ச்சியோடு சொல்கிறார்கள். உள்ளத்தே காதல் என்ற நீர் நிரம்பிக் கடல் போல இருக்கிறது; அமைதியான அந்தக் கடலிலே திருநாமத்தின் நினைவாகிய அலை எழுகிறது. அந்த அலை அங்கிருந்து மெல்ல மெல்லக் கண்ணுக்கு வந்து நீர் மல்கச் செய்கிறது. பிறகு நாவுக்கு வந்து நினைப்பளவில் இருந்ததை உரையளவாக்கி ஓதச் செய்கிறது.

அப்படிக் காதலோடும் கசிவோடும் கண்ணீரோடும் ஓதுவதனால் அன்பர்களுக்கு நல்ல பயன் கிட்டுகிறது. நல்ல நெறியிலே அந்தத் திருநாமம் அவர்களைச் செலுத்துகிறது.

காத லாகிக் கசிந்துகண் ணீர்மல்கி
ஓது வார்தமை நன்னெறிக்கு உய்ப்பது.

(அன்பு மிக்கவராகி நெஞ்சு நெகிழ்ந்து கண்ணீர் பெருகி நாவினால் ஓதுகின்றவர்களை நல்ல நெறியாகிய முத்திக்குச் செலுத்துவது - நமச்சிவாய என்னும் திருநாமம் என்று சொல்ல வருகிறார்.

காதல் - அன்பு. கசிந்து - நெகிழ்ந்து. மல்கி - பெருகி. நன்னெறி - நல்ல வழி; என்றது இங்கே முக்தியை. உய்ப்பது - செலுத்துவது.)

இறைவனுடைய திருநாமங்கள் யாவும் ஓதுவாருக்கு நல்ல பயன் தருவனவே. ஆயினும் அவற்றுள்ளே நாமமாகவும் மந்திரமாகவும் ஓதப் பெறுவது ஒன்று உண்டு. அதுவே நமசிவாய என்ற திருவைந்தெழுத்து. அதனை ஓதினால் முத்தி பெறலாம். மந்திரம் என்ற வட சொல்லுக்குத் தன்னை நினைப்பாரைப் பாசத்தினின்றும் நீக்குவது என்று பொருள் கூறுவர். மந்திரங்கள் பலவானாலும் பஞ்சாட்சர மந்திரம் அவற்றிலெல்லாம் சிறந்தது. வேதங்கள் நான்கு. அவற்றில் அதர்வணமென்றது ஏனைய மூன்று மறைகளிலும் உள்ள மந்திரங்களைத் தொகுத்துச் சொல்வது. மூலமாக உள்ளவை மூன்று வேதங்களே. அதனால் வேதத்துக்கு த்ரயீ என்று ஒரு பெயர் உண்டு.

இந்த மூன்று வேதங்களிலும் நடுவாக இருப்பது யஜுர் வேதம்; அவ் வேதத்தின் ஏழு காண்டங்களுள் நடுவுள்ளதாகிய காண்டம் ஏழு ஸம்ஹிதையை உடையது. அந்த ஏழிலும் நடுவாகிய நான்காம் ஸம்ஹிதையின் நடுவில் ஸ்ரீருத்திரம் விளங்குகின்றது. அதன் நடுவில் நமசிவாய என்ற பஞ்சாட்சரம் சொல்லப் பெறுகிறது. இதனால் வேதத்தின் இருதயத்தில் நிற்பது திருவைந்தெழுத்து என்று சொல்லலாம்.

இந்தப் பஞ்சாட்சரம் ஐந்து வகைப்படும். ஸ்தூல பஞ்சாட்சரம், சூக்ஷ்ம பஞ்சாட்சரம், காரண பஞ்சாட்சரம், மகாகாரண பஞ்சாட்சரம், மகாமனு என்பவை அவை. நமசிவாய என்பது ஸ்தூல பஞ்சாட்சரம். சிவாய நம என்பது சூக்ஷ்ம பஞ்சாட்சரம். சிவாய சிவ என்பது காரண பஞ்சாட்சரம். சிவ என்பது மகாகாரண பஞ்சாட்சரம். சி என்பது மகாமனு.

நமசிவாய என்ற மந்திரத்துக்கு, 'சிவனுக்கு நமஸ்காரம்' என்று சொற்பொருள் கூறுவர். ஆயினும் அதன் பொருளையும் தத்துவத்தையும் மிக நுட்பமாகவும் விரிவாகவும் ஆகமங்களும், திருமூலர் திருமந்திரமும், சிந்தாந்த சாத்திரங்களும் கூறுகின்றன.

நமசிவாய என்றதை மந்திரமாகக் கொள்வதோடன்றி இறைவன் திருநாமமாகவே கொண்டு வழங்குதல் தமிழ் மரபு.

"மந்திரம் நமச்சி வாய வாகநீ றணியப் பெற்றால்"

என்ற அதனை மந்திரமாகச் சொன்னார் திருநாவுக்கரசர். 'சிவனுக்கு வணக்கம்' என்ற பொருளை நினைந்து.

"நமச்சி வாய என் றுன்னடி பணியாப் பேய னாகிலும்"

என்று மணிவாசகர் பாடினார்.

இனி இம் மந்திரத்தையே இறைவனுடைய திருநாமமாகக் கொண்டு வழங்குவதைத் தேவாரத்திலும் பிற இடங்களிலும் காணலாம்.

"காதலாகி" என்று தொடங்கும் நமச்சிவாயத் திருப்பதிகத்தில் உள்ள பாடல்கள் அனைத்திலும் நமச்சிவாய என்பதை இறைவன் நாமமாக - ஒரு மொழியாலும் தொடர்மொழியாலும் கூறும் நாமங்களைப் போன்ற நாமமாக ஞானசம்பந்தர் திருவாய் மலர்ந்தருளுகிறார்.

நாதன் நாமம் நமச்சி வாயவே.
நம்பன் நாமம் நமச்சி வாயவே.

நச்சன் நாமம் நமச்சி வாயவே.
நெற்றி, நயனன் நாமம் நமச்சி வாயவே.
நல்லார் நாமம் நமச்சி வாயவே.
நந்தி நாமம் நமச்சி வாயவே.
வரதன் நாமம் நமச்சிவாயவே.
நலங்கொள் நாமம் நமச்சி வாயவே.
ஓதும் நாமம் நமச்சி வாயவே.
நஞ்சுண் கண்டன் நமச்சி வாயவே.
நந்தி நாமம் நமச்சி வாய.

இன்னும்,

"நக்கர்தம் நாமம் நமச்சிவா யவ்வென் பார்நல்லரே"

என்று ஞானசம்பந்தரும்,

"துஞ்சும் போழ்தும்நின் நாமத் திருவெழுத்
தஞ்சும் தோன்ற அருளுமை யாறரே?"

"ஞானச் சோதிய ராதியர் நாமந்தான்
ஆன அஞ்செழுத் தோத"

"நாமஎழுத் தஞ்சாய நம்பர் போலும்"

"எந்தையார் திருநாமம் நமச்சி வாய
என்றெழுவார்க் கிருவிசும்பில் இருக்கலாமே"

"திருநாமம் அஞ்செழுத்தும் செப்பா ராகில்"

என்று திருநாவுக்கரசரும்,

"ஆரா அமுதின் திருநாமம் அஞ்செழுத்தும்"

என்று நக்கீர தேவரும் திருநாமமென்றும் சொல்லுதலைக் காணலாம். இதனைப் பெயராக வைத்து விளியாக்கி,

"போற்றியோ நமச்சி வாய புயங்கனே மயங்கு கின்றேன்"

என்று மணிவாசகர் பாடுகிறார். 'சிவனுக்கு நமஸ்காரம் என்று சொல்லமைதியாற் பொருள்பெறும் சொற்றொடராக வைத்து, மந்திரமாகக் கொள்ளுதல் எல்லோருக்கும் பொதுவான முறை. 'நமசிவாய' என்பதை இறைவனுடைய திருநாமமாக வைத்து அதனைப் பெயர்ச்சொல்லாக வழங்குவது தமிழ் மரபு. இந்த மரபுபற்றியே மக்களுக்கு 'நமச்சிவாயன்' என்ற பெயரை இடும் வழக்குத் தமிழ் நாட்டில் அமைந்தது. திருவாவடுதுறையா தீனத்தின் ஆதி குருமூர்த்தியின் திருநாமமாகிய ஸ்ரீ நமசிவாய தேசிகர் என்பது இந்த வழக்கத்தை நன்கு தெளிவுபடுத்தும்.

இறைவனுடைய திருநாமங்களைக் காதலாகிக் கசிந்து கண்ணீர் மல்கி ஓதும்போது அன்பர்களுக்கு இன்பம் உண்டாகும்; நற்பயனும் உண்டாகும். அந்தத் திருநாமங்களில் ஒன்றாகவும் மந்திரமாகவும் அமைந்திருப்பது நமசிவாய என்னும் திருவைந்தெழுத்து. அது வேதத்தின் நடுவில் உள்ளது. வேதமென்னும் மாளிகைக்கு நடுவிடமாகவும் வேத புருஷனுக்கு இருதயமாகவும் விளங்கும் ஸ்ரீ ருத்ரத்தின் நடுவே ஒளிர்வது இந்தத் திருவைந் தெழுத்து. ஆதலின் வேதத்தின் உயிர்நிலையாகிய இதனை வேதங்களின் முடிந்த முடிவாகிய பொருள் என்று சொல்வதில் தவறு இல்லை. இதனை உணர்ந்தே சம்பந்தப்பிரான்,

வேதம் நான்கினும் மெய்ப்பொருள் ஆவது

என்று சொல்கிறார். அது மந்திரமாக நினைப்பதற்குரியது. மந்திரத்தை மூவகையில் உச்சரிப்பர். மானஸம், மந்தம், வாசிகம் என்பன அவை. மனத்துக்கண் தியானிக்கும் முறை மானஸம்; மெல்லப் பிறர் காதில் கேளாதபடி நாவைப் புரட்டி உச்சரித்தல் மந்தம்; வாசிகம் என்பது வெளிப்படையாகச் சொல்லுதல். மந்திரங்களை மானஸமாகச் சொல்வது சிறப்பு. ஆயினும் இங்கே இந்த ஸ்தூல பஞ்சாட்சரம் மந்திரமாக அமைந்ததோடன்றித் திருநாம வாய்பாட்டிலும் சொல்லப் பெறுதலின், துதிக்க அமைந்த மற்றத் திருநாமங்களைப் போலவே ஓதினாலும் நன்னெறியைத் தரும் சிறப்புடையது.

வேதத்தின் மெய்ப்பொருளாகிய மந்திரமாக விளங்கும் அதுவே அடியார்கள் காதலாகிக் கசிந்து கண்ணீர் மல்கி ஓதுவதற்குரிய திருநாமமாகவும் இருக்கிறது.

நாதன் நாமம் நமச்சி வாயவே.

தேவாரம் பாடிய மூவரும் நமச்சிவாய என்ற திருவைந் தெழுத்தை வைத்து ஒவ்வொரு பதிகம் பாடியுள்ளனர். சம்பந்தர் முன்பே 'பஞ்சாக்கரத் திருப்பதிகம்' என்ற ஒன்றை அருளி யிருக்கிறார்.

"துஞ்சலும் துஞ்சல் இலாத போழ்தினும்
நெஞ்சகம் நைந்து நினைமின் நாள்தொறும்
வஞ்சகம் அற்றடி வாழ்த்த வந்த கூற்று
அஞ்ச உதைத்தன அஞ்செ ழுத்துமே"

என்பது அப் பதிகத்தின் முதல் திருப்பாட்டு.

நமச்சிவாயத் திருப்பதிகத்தின் முதல் திருப்பாட்டே இங்கே எடுத்துரைத்த பாசுரம்.

காத லாகிக் கசிந்துகண் ணீர்மல்கி
ஓது வார்தமை நன்னெறிக் குய்ப்பது
வேத நான்கினும் மெய்ப்பொருள் ஆவது
நாதன் நாமம் நமச்சி வாயவே.

இப்பதிகம் சம்பந்தர் இறுதியாகப் பாடியது. அவர் திருப்பெருமண நல்லூரில் திருமணம் செய்துகொண்ட போது, மேலும் உலகத்தில் வாழ விருப்பமின்றி,

"நாதனே நல்லூர் மேவும் பெருமண நம்ப உன்
பாதமெய்ந் நீழல் சேரும் பருவம் ஈது"

என்று பாட, இறைவன் ஒரு சோதிப் பிழம்பைக் காட்டினார். அதன்கண் தோன்றிய வாயிலூடே ஞானசம்பந்தரும், அவருடைய ஆணையின்படியே அந்தத் திருமணத்துக்கு வந்த

அனைவரும் புகலாயினர். அப்போது இந்த நமச்சிவாயத் திருப்பதிகத்தை ஆளுடைய பிள்ளையார் பாடினர்

"ஞானமெய்ந் நெறிதான் யார்க்கும்
நமச்சிவா யச்சொ லாம்என்று
ஆனசீர் நமச்சி வாயத்
திருப்பதி கத்தை அங்கண்
வானமும் நிலமும் கேட்க
அருள்செய்திம் மணத்தில் வந்தோர்
ஈனமாம் பிறவி தீர
யாவரும் புகுக என்ன."

"வருமுறைப் பிறவி வெள்ளம்
வரம்புகா ணாத முந்தி
உருவெனுந் துயரக் கூட்டில்
உணர்வின்றி மயங்கு வார்கள்
திருமணத் துடன்சே வித்து
முன்செலுஞ் சிறப்பினாலே
மருவிய பிறவி நீங்க
மன்னுசோ தியினுட் புக்கார்"

என்பது பெரிய புராணம்.

அன்பர்கள் இந்த உடலை விடும் சமயத்தில் திருவைந்தெழுத்தைச் சொல்லி இன்புறுவதை விரும்புவர்.

"நாமம் பரவி நமச்சி வாயவென்னு மஞ்செழுத்தும் சாம்அன்று
உரைக்கத் தருதிகண்டாய்"

"துஞ்சும் போழ்தும் நின் நாமத் திருவெழுத்
தஞ்சும் தோன்ற அருளும்ஐ யாறரே"

என்ற அப்பர் வாக்கைக் காண்க. திருஞானசம்பந்தப் பெருமான் உலக வாழ்வை விட்டுச் செல்லும்போது நமச்சிவாயத் திருப்பதிகம் ஓதியது, யாவரும் செய்ய வேண்டியதைத் தம்முடைய செயலால் உணர்த்தியதாயிற்று.

சோதிக்க வேண்டாம்

விலங்கினங்களைக் காட்டிலும் மனிதன் சிறந்தவன் என்று கூறுவதற்குக் காரணம் மனிதன், "தக்க இன்ன தகாதன இன்ன என்று, ஒக்க உன்னும்" பகுத்தறிவை உடையவனாக இருப்பதுதான். அறிவின் சிறப்பினால் மனிதன் விலங்கினங்களையும் அடக்கியாளுகிறான். ஐம்பெரும் பூதங்களையும் வசப்படுத்திப் பல இயந்திரங்களை இயக்குகிறான். உடம்பினாற் செய்யும் வேலைகளைக் காட்டிலும் அறிவினால் அமையும் வேலைகள் மிகச் சிறந்த பயனை அளிக்கின்றன.

தான் உலக வாழ்க்கையில் பெறும் அநுபவத்தால் அவன் அறிவு பெறுகிறான். முன்னோர்கள் தம்முடைய அநுபவத்தை நூலாக எழுதி வைத்திருத்தலின் அந்நூல்களைப் படித்தும் அறிவு பெறுகிறான். பிறர் தம் அநுபவத்தாலும் கல்வியினாலும் உணர்ந்தவற்றைக் கூறக் கேட்டும் அறிவு பெறுகிறான். கல்வி, கேள்வி, அநுபவம் என்னும் மூன்றினாலும் மனிதனுடைய அறிவு வளம் பெறுகிறது. அந்த அறிவைக் கொண்டு அவன் பல அரிய பெரிய காரியங்களைச் சாதித்துக்கொள்கிறான்.

பலருக்கு விளங்காமல் மயக்கமாக இருக்கும் உண்மைகளை அறிவாளி தன் அறிவினால் தெளிகிறான்; பிறருக்கும் தெளிவுறச் சொல்கிறான். மின்சாரத்தைக் கண்டுபிடித்தது வானொலிக் கருவியைக் கண்டுபிடித்தது, தாமே இயங்கும் ஊர்திகளைக் கண்டுபிடித்தது முதலிய விஞ்ஞான வெற்றிகள் யாவும் மனிதனுடைய அறிவாற்றலின் அற்புத விளைவுக்கு உரிய உதாரணங்கள்.

நுண்ணிய அறிவினால் சோதிக்கச் சோதிக்கப் பல உண்மைகள் அறிவாளிகளுக்கு விளங்குகின்றன. மனிதனைச் சோதித்து அவனுடைய இயல்புகளையும் ஆற்றலையும், விலங்குகளைச் சோதித்து அவற்றின் இயல்புகளையும், மக்கள் சென்று உலாவுவதற்கரிய இடங்களுக்குச் சென்று சோதித்து அங்குள்ள தட்ப வெப்ப நிலையளையும், பஞ்ச பூதங்களைச் சோதித்து அவற்றின் தன்மைகளையும் அறிவாளர்கள் உணர்கிறார்கள். விஞ்ஞான சோதனைகளில் ஈடுபட்டவர் அவ்வப்போது கண்டுபிடித்து அறியும் உண்மைகள் அதிசயிக்கத் தக்கனவாக இருக்கின்றன. விஞ்ஞானிகளுடைய ஆற்றலைப் பார்த்தால் அவர்களுடைய சோதனையால் தெளிவுபடாதனவே இல்லை யென்று தோன்றுகிறது. கடல் ஏன் நீலமாக இருக்கிறது? விஞ்ஞானிகள் ஆராய்ந்து காரணம் கூறுகிறார்கள். காமாலைக் கண்ணனுக்குப் பார்ப்பன வெல்லாம் ஏன் மஞ்சளாகத் தோன்றுகின்றன? விஞ்ஞானிகள் மிக எளிதில் விடை சொல்லி விடுவார்கள். இனித இருதயம் எப்படி இயங்குகிறது? பள்ளிக் கூடத்துப் பிள்ளைகூட விடை சொல்லும்படி விஞ்ஞானிகள் புத்தகம் எழுதியிருக்கிறார்கள்.

ஆனால் இந்தப் பிரபஞ்சங்களுக்கெல்லாம் மூல காரணனாக இருக்கும் இறைவன் எப்படி இருப்பான்? அவனைக் கண்டுபிடித்து அவனுடைய அருளைப் பெறுவது எவ்வாறு?

இந்தக் கேள்விகளுக்கு விஞ்ஞானிகள் விடை சொல்வதில்லை; சொல்லவும் இயலாது. சிறந்த விஞ்ஞானி தன் அறிவாற்றலால் பலவற்றைக் கண்டுபிடித்த பிறகும், இன்னும் தன் அறிவுக்கு எட்டாத பல உண்மைகள் உண்டு என்பதை ஒப்புக்கொள்கிறான். இறைவன் இருக்கிறான் என்பதை அநுமானத்தால் சொல்லத் தெரியுமன்றி அவனுடைய இயல்புகளையோ, செயல்களையே காரணங்களுடன் எடுத்துச் சொல்ல முடிவதில்லை. உதாரணங்களாலும் எடுத்துக்காட்ட முடியாது.

இறைவன் அறிவுக்கு அப்பாற்பட்டவன்; ஆதலினால் அறிவின் சோதனைக்கு உட்படாதவன். அவன் இருக்கிறான்

என்பதற்கு மாத்திரம் ஏதுக்களும் எடுத்துக் காட்டுக்களும் சொல்லலாம்.

பிரபஞ்சம் தோன்றியும் வளர்ந்தும் அழிந்தும் தொழிற்படுவதால் அந்தத் தொழிலைச் செய்யும் இறைவன் ஒருவன் இருக்கிறான் என்று ஏதுவைக் காட்டிச் சொல்லலாம். குடம் இருத்தலால் அதனைச் செய்த குயவன் ஒருவன் இருத்தல் வேண்டும்; அதுபோலப் பிரபஞ்சம் தோன்றுதலால் அதற்கு மூல காரணனாகிய இறைவன் இருத்தல் வேண்டும் என்று உதாரணம் காட்டலாம். இதற்கு மேல், ஏன் இறைவன் பிரபஞ்சத்தைப் படைக்க வேண்டும் என்று கேட்டால் அதற்கு எளிதில் காரணம் கூற இயலாது. உயிர்கள் தனு கரண புவன போகங்களைப் பெற்றுத் தம் வினைகளுக் கீடான இன்ப துன்ப அநுபவங்களைப் பெறும் பொருட்டுப் பிரபஞ்சத்தைச் சிருட்டிக்கிறான் என்று கூறினால், அதற்கு மேலும், "அந்த வினைகள் எவ்வாறு வந்தன? இறைவன் எதற்காக வினைக்கீடாக இன்ப துன்பங்களைக் கொடுக்கவேண்டும்?" என்று கேள்விகளை எழுப்பிக் கொண்டே போனால் விடை காண இயலாது. இப்படி ஏதுக்களாலும் எடுத்துக் காட்டினாலும் ஓரளவு இறைவன் உண்மையை உணர்ந்து கொள்ள வேண்டும். அந்த அளவுக்கு அறிவு பயன்படும். அக்கரையைச் சாரும் வரையில் தோணி பயன்பட்டு அப்பால் பயன்படாதது போல, அறிவும் அதன் திறமாகிய சோதனையும் அதற்குக் கருவிகளாகிய ஏதுவும் எடுத்துக் காட்டும் ஓரளவுதான் பயன்படும். அந்த அளவுக்கு மேற்போனால் பயன்படுவ தில்லை. அப்படிப் போகவேண்டியது அவசியம் அன்று.

இறைவனிடம் அன்பு கொள்ள வேண்டும் என்பதற்கு ஏதுவும் எடுத்துக்காட்டும் பயன்படும். .அதற்கு மேலும் அறிவை நம்பி வாழ்கிறவன் கரையில் இறங்கிய பிறகும் தோணியை நிலத்திலே செலுத்த முயலுபவனைப் போன்றவனே ஆவான். எனவே, இறைவன்பால் அன்பு செய்வார் அளவுக்கு மேல் சோதனை செய்ய வேண்டுவதில்லை. மிக்குச் சோதித்தலால் பயன் இல்லை.

இதைத் திருஞானசம்பந்தர் சொல்கிறார்.

**ஏதுக்க ளாலும் எடுத்த மொழியாலும் மிக்குச்
சோதிக்க வேண்டா.**

(ஏதுக்களினாலும் அவற்றுக்கேற்ப எடுத்துக்காட்டும் திருஷ்டாந்தங்களாலும் அளவுக்கு மிஞ்சிச் சோதனை செய்ய வேண்டாம்.

ஏது: இதனால் இது ஆயிற்றென்று சொல்லுதல். குடம் இருத்தலால் குயவன் இருப்பான் என்பதில் குடம் இருத்தல் ஏது. எடுத்துக்காட்டு, திருஷ்டாந்தம் இரண்டும் ஒரே பொருளுடையன. மிக்கு - அளவுக்கு மிஞ்சி.)

சோதிக்க வேண்டாம் என்றால் இறைவன் இருக்கிறான் என்ற எண்ணம் மனத்தில் உண்டாக வேண்டாமா?

அந்த எண்ணம் உண்டாவதற்கு மிகமிக நுட்பமாக ஆராய்ச்சி செய்ய வேண்டியதில்லையே! நாம் தினந்தோறும் காணும் பொருள்களைக் கொண்டே இறைவன் உண்மையை உணர்ந்து கொள்ளலாமே! கண் இருந்தும் இருளிலே அது காண மாட்டாது; கதிரவனோ, சந்திரனே, அக்கினியோ இருந்தால் காணும் ஆற்றலைப் பெறும். அந்தக் கதிரவனிடத்தும் திங்களிடத்தும் தீயினிடத்தும் சுடர் விடுகின்றவன் யார்? முச்சுடர்களும் ஒளி பெறுவதற்கு மூலகாரணமான சோதி இறைவன். விளக்கு எரியும் போது அதை ஏற்றி வைத்தவர் ஒருவர் உண்டு என்று ஏதுவினால் உணர்கிறோம். அப்படியே முச்சுடர்களையும் காணும்போது அவற்றைச் சுடரச் செய்யும் சோதி ஒருவன் இருக்கிறான் என்று உணரலாம். மூன்று சுடர்கள் ஒளி விடுதலாகிய ஏதுவைக் கொண்டு சோதி ஒருவன் இருப்பதை உணரலாம். புற இருளை இந்தச் சுடர்கள் போக்குவதைக் கண்டு அதுபோல அக இருளைப் போக்கும் சோதி ஒருவன் இருக்கிறான் என்று திருஷ்டாந்தம் கொண்டு இறைவனுடைய பெருமையை உணரலாம். 'இறைவன் இருக்கிறான். மூன்று சுடர்களுக்கும் ஒளி உதவுகின்றவன் அவன்; புற இருளை இச்சுடர்களாலே

போக்குவதுபோல அக இருளை ஞான மென்னும் சுடரால் போக்குவான். இவ்வாறு புறத்தும் அகத்தும் சோதியாகிய இறைவன் சுடர் விட்டுக் கொண்டிருக்கிறான்' என்று ஏதுவையும் எடுத்துக்காட்டையும் கொண்டு தெரிந்துகொள்ளலாம். அந்த அளவு போதுமே!

சுடர் விட்டுளன் எங்கள் சோதி.

(புறத்தும் அகத்தும் எங்கள் சோதியாகிய இறைவன் சுடர்விட்டுக்கொண்டிருக்கிறான்.)

இந்த இரண்டு அடிகளுக்கும் பெரிய புராணத்தில் .சேக்கிழார் பொருள் கூறுகிறார்; "சங்கரன் தனக்கு ஒப்பு வேறு இல்லாதவன். அதனால் இன்னான், இத்தகையவன், அவனைப் போன்றவன் இவன் என்று சொல்ல ஒண்ணாது. ஏது, எடுத்துக்காட்டு ஆகிய அவற்றால் அவனை அளக்க முடியாது" என்பது முதல் அடிக்கு அவர் கூறும் பொருள்.

"மன்னும் ஏதுக்க ளாலெனும் வாய்மைதான்
தன்ன தொப்புவே றின்மையிற் சங்கரன்
இன்ன தன்மையை ஏது எடுத்துக்காட்டு
அன்ன வற்றால் அளப்பிலன் என்றதாம்"

அடுத்த அடிக்கு, "அக்கினிக்குரிய புறத்தொளியாகவும் அன்பிலே ஊன்றும்போது அன்பர்களுக்கு அகவிருளைப் போக்க உள்ளே எழுஞ் சோதியாயும் நின்றான் இறைவன். இதனை ஒட்டி உணர்வாருக்கு இது அறிவதற்கரிய பொருளாகும்" என்று உரை கூறுவர், சேக்கிழார்.

"தோன்று காட்சி சுடர்விட் டுளன்என்பது
ஆன்ற அங்கிப் புறத்தொளி யாய்அன்பில்
ஊன்ற உள்எழுஞ் சோதியாய் நின்றனன்
ஏன்று காண்பார்க் கிதுபொருள் என்றதாம்."

இறைவனுடைய இயல்பு முழுவதையும் உணர்ந்து கொள்ள வேண்டும் என்பது நம் நோக்கம் அன்று. நம்மால் முற்றும்

உணர்ந்துகொள்ள முடிகிறதென்றே வைத்துக்கொள்வோம். அதனால் நமக்கு என்ன பயன்? இங்கே, ராமகிருஷ்ண பரமஹம்ஸர் கூறிய கதை ஒன்று நினைவுக்கு வருகிறது.

ஒரு பழத் தோட்டத்திற்குள் இரண்டு பேர் நுழைந்தார்கள். ஒருவன் அங்குள்ள மரங்களை எல்லாம் கண்டு, எவ்வளவு உயரம் வளர்ந்திருக்கின்றன, எத்தனை பழங்கள் பழுத்திருக்கின்றன என்று ஆராய்ச்சி செய்யத் தலைப்பட்டான். மற்றவனோ நேரே தோட்டக்காரனிடம் சென்று அவனோடு நயமாகப் பேசி அவன் தந்த பழங்களை வாங்கி உண்டான். இந்த இரண்டு பேர்களிலும் பழத்தைப் பெற்று உண்டவனே சிறந்தவன். அப்படியே இறைவனைப் பற்றிய சாத்திரங்களைப் படித்து ஆராய்ச்சி செய்து பொழுது போக்குபவர்களைவிட அவனிடம் பக்தி செய்து அவன் அருளைப் பெறுபவனே சிறந்தவன்.

பழத் தோட்டம் இது என்ற அளவுக்கு ஆராய்ச்சி இருந்தால் போதும். அதற்குமேல் ஆராய வேண்டிய அவசியம் நமக்கு இல்லை. பழத்தை நுகர முயல்வதுதான் நாம் செய்வதற்குரியது.

இறைவனுடைய அருளைப் பெறுவதனால் நமக்கு என்ன பயன்? நாம் என்றும் கவலை உடையவர்களாக இருக்கிறோம். வாழ்நாளில் எத்தனையோ வகையான துக்கங்கள் நேர்கின்றன. பசி, பிணி, பகை ஆகிய துன்பங்கள் உண்டாகின்றன. இவற்றிற் கெல்லாம் மேலாகப் பிறப்பு இறப்பு ஆகிய இவை இருக்கின்றன. வாழ்நாளில் கவலை இல்லாமல் ஒருவர் இருப்பது அருமை. அப்படி இருப்பதாக இருந்தாலும் பிறப்பு, இறப்பு என்னும் பெரிய துக்கங்களினின்றும் நீங்கி இருக்க முடியாது. நமக்கு வரும் துன்பங்கள் எல்லாவற்றுக்கும் பெரியவை இவ்விரண்டும். பிறப்பு இறப்பு இரண்டும் இல்லாவிட்டால் வேறு துக்கங்களே இல்லை. ஆதலின் ஒவ்வொரு துன்பமாக நீக்கிக் கொண்டிருப்பதை விடப் பிறப்பு இறப்பை நீக்குவதற்கு முயன்றால் எல்லாத் துன்பங்களையும் போக்க முயன்றதாகும்.

வளர்ந்த மரத்தின் ஆணி வேரைத் தறித்தால் மரம் முற்றும் வாடி விடுவதைப் போலப் பிறப்பு இறப்புத் துன்பங்களின் மூலம் போனால் எல்லாம் போய் விடும். அந்த மூலந்தான் பாசம் என்பது. அதை நீக்குவதே நம்முடைய நோக்கமாக இருக்கவேண்டும்

பசியைப் போக்க வேண்டுமானால் உணவை உண்ண வேண்டும். நம்முடைய மாதுக்கத்தைப் போக்குவது இறைவனது அருள். பழத்தைத் தரும் தோட்டக்காரனை நண்பனாக்கிக் கொண்டு பழத்தை நுகர்ந்தவனைப் போல, இறைவன்பால் அன்பு பூண்டு அவன் அருளைப் பெற்றுப் பாசத்தைப் போக்கி மாதுக்கம் நீங்க வேண்டும். அதை விட்டுவிட்டு அறிவை நம்பி ஏதுக்களாலும் எடுத்த மொழியாலும் சோதிக்கப் புகுந்தால், அந்தச் சோதனைக்கு முடிவு இராது; நமக்கும் துக்கம் நீங்காது.

ஆகவே மாதுக்கம் நீங்க விரும்பினவர்கள் இறைவன்பால் அன்பு செய்ய வேண்டும். அன்பு என்பது உள்ளத்தின் கண்ணே உண்டாகும் ஒட்டுறவுணர்ச்சி. மனத்தால் இறைவனைப் பற்றி நிற்றலே அன்பாகும். அப்படிப் பற்றினால் நன்றாக வாழலாம்.

'இறைவனைச் சோதித்து அறிய ஒண்ணாது; அவன் உண்மையை அறிந்தால் போதும்; அப்படி அறிவது அவனை மனம் பற்றி அன்பு செய்து பெரிய துக்கத்தைப் போக்கிக் கொள்வதன் பொருட்டு. துக்கம் நீங்கினால் இம்மையிலும் மறுமையிலும் நன்கு வாழலாம்" என்று தமிழ் விரகர் பாடுகிறார்.

ஏதுக்க ளாலும் எடுத்த மொழியாலும் மிக்குச்
சோதிக்க வேண்டா; சுடர்விட்டுளன் எங்கள் சோதி;
மாதுக்கம் நீங்க லுறுவீர், மனம்பற்றி வாழ்மின்..

[3-ஆம் அடி உரை; மனத்தினால் இறைவனைப் பற்றி அன்பு செய்து வாழுங்கள்; அதனால் பெரிய துயரங்கள் நீங்கும் நிலையை அடைவீர்கள்.

மா - பெரிய. நீங்கலுறுவீர் - நீங்குதலைப் பெறுவீர்கள்; நீங்குதலை விரும்புகிறவர்களே என்றும் சொல்லலாம். மனம் பற்றி - மனத்தால் பற்றி. வாழ்மின் - வாழுங்கள்.]

மூன்றாம் அடிக்குச் சேக்கிழார், "ஆதிச் சுடர்ச் சோதியினை அன்பினாலே மனத்துக்குள்ளே அழைத்து அவனுடைய அருளாலே போதமடைந்து அதனாற் பெற்ற அக நோக்காகிய ஞானத்தைப் பெற்று அந்த நோக்கம் சிறிதளவும் நீங்காமல் பொருந்தி வாழ்ந்து நம்மைப் பிறப்பு இறப்புக்குள் வேறு படுத்தித் துன்புறுத்தும் பாசத்தால் வரும் பிறப்புக்குரிய அஞ்ஞான நெறியினின்றும் நீங்குங்கள்" என்று பொருள் வகுத்திருக்கிறார்.

"மாதுக்கம் நீங்க லுறுவீர்மனம் பற்றும் என்பது
ஆதிச்சுடர்ச் சோதியை அன்பின் அகத்துள்ளாக்கிப்
போதித்த நோக்குற் றொழியாமற் பொருந்திவாழ்ந்து
பேதித்த பந்தப் பிறப்பின்நெறி பேர்மினென்றாம்."

இறைவனிடம் அன்பில்லாதவர்களும், நல்ல நெறியில் வாழ வேண்டும் என்ற எண்ணமில்லாதவர்களும் இத்தகைய உபதேசத்தைக் கேட்டுப் பயனடையப் போவதில்லை. அவர்கள் தமக்கு மாதுக்கம் உண்டென்பதையே மறந்தவர்கள். ஆதலின், நன்னெறி பற்றி வாழும் ஆசையுடையவர்களுக்கே இந்த உரை பயன் பெறும். அத்தகைய சாதுக்கள் உலகில் பலர் இருக்கிறார்கள். நல்ல நெறியை அடைய வேண்டும் என்ற விருப்பம் உடையவர்கள், போலி ஞானிகளையும் உலகாயதர்களையும் அணுகி வீண் ஆராய்ச்சியில் புகுவதும் உண்டு. அந்த ஆராய்ச்சியால் தமக்கு ஏதேனும் வழி உண்டாகும் என்ற நம்பிக்கையால் அவ்வாறு செய்வார்கள். அவர்களுக்கு உண்மையை உணர்த்தி, "வீண் ஆராய்ச்சியிலே புகவேண்டாம். சாட்சிக்காரன் காலில் விழுவதை விடச் சண்டைக்காரன் காலில் விழுவதே சாலச் சிறந்தது. ஆராய்ச்சிக் குழுவிலே சேராமல் இறைவனையே சாருங்கள். யார் யாரையோ சார வேண்டாம். இங்கே வாருங்கள்; வந்து சாருங்கள்; இறைவனையே சாருங்கள். சாதுக்களாக

உலகத்திலே மிகுதியாக இருக்கும் மக்களே! வாருங்கள்" என்று அழைக்கிறார் அருட்பாலமுதுண்ட தெருட் பாவலர்.

சாதுக்கள் மிக்கீர்! இறையே வந்து சார்மின்களே.

(சாதுக்களாக மிக்கிருக்கின்றவர்களே! பிறரைச் சாராமல் இறைவனையே வந்து அடையுங்கள்.

சாதுக்கள் - நன்னெறி செல்ல விரும்பும் அன்பர்கள். மிக்கீர்- மிகுதியாக உள்ளவர்களே. இறையே - இறைவனையே; ஏகாரம் வேறு இடங்களைச் சாராமல் இவனையே சாருங்கள் என்ற பொருளில் வந்தது: பிரிநிலை. சார்மின்கள் அடையுங்கள். சார்மின் என்றாலே போதும்; கள் விகுதி மேல் விகுதி. ஏ: அசை நிலை.)

இந்த அடிக்குச் சேக்கிழார் பெருமான், "வேண்டுகின்ற வேட்கைக்குரிய பொருள்கள் எல்லாவற்றையும் இறைவனுடைய பாதத்தில் பூண்ட அன்பினாலே பெற்றுப் போற்றுகின்றவர்களே, வந்து அடையுங்கள்" என்று உரையருளினார்.

**"ஈண்டு சாதுக்கள் என்றெடுத் தோதிற்று; வேண்டும்
வேட்கைய எல்லாம் விமலர்தாள் பூண்ட
அன்பினிற் போற்றுவீர், சார்மின்கள்என்று
ஆண்ட சண்பை அரசர் அருளினார்."**

நல்ல நெறியிலே செல்ல வேண்டும் என்ற உள்ளம் படைத்த சாதுக்களைப் பார்த்துச் சொல்லுகிறார் சம்பந்தர்; "நீங்கள் ஏதுக்களாலும் எடுத்த மொழியாலும் வேண்டிய அளவுக்கு மேலே சோதிக்கவேண்டாம். இறைவன் மூலப் பெருஞ் சோதியாகி அகத்தும் புறத்தும் விளங்கி இருள் போக்குகின்றான். இதைத் தெரிந்துகொண்டு உள்ளத்தால் அவனைப் பற்றி அன்பு செய்தால் பெருந்துயரங்களினின்றும் நீங்கலாம். ஆகவே; எம் இறைவனையே வந்து அடையுங்கள்" என்று வழிகாட்டுகிறார்.

ஏதுக்க ளாலும் எடுத்தமொழி யாலு மிக்குச்
சோதிக்க வேண்டா; சுடர்விட்டுளன் எங்கள் சோதி;
மாதுக்கம் நீங்கல் உறுவீர்; மனம்பற்றி வாழ்மின்;
சாதுக்கள் மிக்கீர்! இறையேவந்து சார்மின்களே.

இது திருப்பாசுரம் என்ற திருப்பதிகத்தில் 5ஆம் திருப் பாட்டு. சம்பந்தப் பெருமான் சமணரோடு வாது செய்தபோது இந்தப் பதிகத்தைப் பாடி ஏட்டில் எழுதி, அவ்வேட்டை வையையிலே இட, அது ஆற்றோடு போகாமல் அதனை எதிர்த்துச் சென்றது. சம்பந்தர் புனல் வாதத்தில் வென்றார். அந்த வெற்றி நல்கிய பாசுரங்களாதலின் 'திருப்பாசுரம்' என்ற பெயரை இத்திருப்பதிகம் பெற்றது.

ஏழையடியார் சொல்

சிறந்த பாட்டுக்காரரர் அவர். கணீரென்ற தொண்டை. சாரீர சம்பத்து மிகவும் நன்றாக வாய்த்திருக்கிறது. பாட்டுப் பாடினால் சாகித்தியத்தின் உருவம் நன்றாகப் புலப்படும்படி பாடுவார். சங்கீத ஞானத்தில் அவருக்கு இணை அவரே. அற்புதமான கவிகளை அவர் தம்முடைய சாரீரத்திலே இழைத்துப் பண்ணோடு ஓதும் போது கூடியிருக்கும் மக்கள் அத்தனை பேரும் சொக்கிப் போவார்கள். இறைவனைப் பற்றிய அழகிய பாடல்களைப் பொருள் விளங்கும் படியாகப் பலாச் சுளையை ஒடித்துத் தேனில் தோய்த்துக் கொடுப்பது போலப் பாடுவார்.

அவர் ஒரு கோயிலில் பாடப் போயிருந்தார். கோயில் சிறிய குன்றின்மேல் இருந்தது; முப்பது நாற்பது படிகள் ஏறினால் கீழிருந்து கோயிலுக்குப் போய்விடலாம். கீழே மண்டபம் இருந்தது. அங்கேதான் பாட்டுக் கச்சேரி நடைபெற்றது. ஆயிரக்கணக்கில் மக்கள் கூடியிருந்தனர். இறைவன் பெருமையையும் அவனை வணங்க வேண்டிய அவசியத்தையும் அறிவுறுத்தும் பாடல்களைப் பாவத்தோடு பாடினார். கேட்டவர்கள் உருகிப்போனார்கள்.

கச்சேரி முடிந்தது. "சுவாமி தரிசனம் செய்யப் போகலாம் வாருங்கள்" என்று அன்பர்கள் அழைத்தார்கள். "மற்றொரு சமயம் வருகிறேன். இப்போது மிகவும் அவசரமாகப் போகவேண்டியிருக்கிறது" என்று சொல்லி அவர் புறப்பட்டு விட்டார்.

அவருடைய பாட்டைக் கேட்டவர்களெல்லாம் அந்தப் பாட்டிலே ஈடுபட்டு அதனால் இறைவன் கோயிலுக்குச் சென்று தரிசனம் செய்த பிறகே வீடு சென்றார்கள். அவர்களை

யெல்லாம் உருக்கிய பாட்டைப் பாடிய அவரோ கோயிலுக்குப் போகவில்லை. பாட்டை அவர் புகழும் பொருளும் ஈட்டும் கருவியாகவே வைத்திருந்தார்.

ஒரு பக்தர் இறைவனிடம் முறுகிய பக்தியுடையவர். அவர் அந்தக் கச்சேரிக்கு வந்திருந்தார். பாட்டிலே தம்மை மறந்து லயித்துப் போனார். ஆனால் பாட்டு முடிந்த பிறகு அந்தப் பாட்டுக்காரரர் இறைவனைத் தரிசிக்கவில்லையே என்ற எண்ணம் அவர் நெஞ்சில் உறுத்திக் கொண்டே இருந்தது.

அந்தப் பக்தர் வேறு ஒரு கோயிலுக்குப் போயிருந்தார். அங்கே யாரோ ஒருவர் இறைவன் சந்நிதானத்தில் பாடிக் கொண்டிருந்தார். பாடினாரென்று சொல்லக் கூடாது; பாடுவதாக நினைத்து அவர் கத்திக்கொண்டிருந்தார். ராகம் இழுப்பதைப் போல ஏதோ நடுநடுவே இழுத்தார். சங்கீதந்தான் இப்படி யென்றால் அவர் தொண்டையோ அதை விடப் பிரமாதம். அடிக்கடி தொண்டையில் கரகரப்பு ஏற்படும். கோழை வந்து கட்டும். லொக்கு லொக்கென்று இருமுவார். ஆனாலும் பாடுவதை விடமாட்டார். சங்கீதம், சாரீரம் என்னும் இரண்டும் இப்படி; அவர் பாடின பாட்டு - ? அது பாட்டே அல்ல. ஏதோ சம்போ சங்கரா, அப்பனே, நடராஜா என்று நாமங்களை அடுக்கிச் சொன்னாரே யொழிய அது கவியுமல்ல; கீர்த்தனையுமல்ல. அந்த மனிதரோ தம்முடைய பாட்டை யாராவது கேட்டால் பரிகசிப்பார்களே என்ற நாணமே இல்லாமல் கண்ணை மூடியபடியே பாடிக் கொண்டிருந்தார்.

தரிசனத்துக்கு வந்திருந்த பக்தர் இந்தப் பாட்டையும் கேட்டார். முன்பு சங்கீத வித்துவான் பாடியதை இப்போது நினைந்து பார்த்தார். அந்தப் பாட்டு எங்கே? இந்த உளறல் எங்கே? ஆனாலும் அவர் பக்தராகையால், கோழை மிடற்றோடு வெறும் சொற்களை இசையைப் போலப் பாடுகிற அந்த மனிதரிடம் கொஞ்சம் மதிப்பு உண்டாயிற்று. நாணத்தை விட்டு இறைவன்முன் நின்று பாடுகிறாரே என்ற எண்ணமே அதற்குக் காரணம். முன்னவரிடம் பாட்டு

இருந்தது; ஆனால் பக்தி இருந்ததாகத் தெரியவில்லை. பின்னவரிடம் பாட்டு இல்லை; ஆனால் பக்தி இருக்கிறதென்றே தெரிந்தது. இந்த இருவரையும் ஒருங்கே ஒப்பிட்டார். யார் பெரியவர்?

அன்று இரவு அவர் ஒரு கனவு கண்டார். இறைவனுடைய சந்நிதானத்தில் பாட்டு நடைபெறப் போகிறது. "இன்று நம்முடைய முன்னே நடைபெறும் பாட்டுக்கு நாமே வரப்போகிறோம். நீயும் வந்து பார்" என்று பக்தருக்குக் கட்டளை கிடைத்தது. ஆதலின் அவர் போயிருக்கிறார். பாட்டு ஆரம்பமாகி விட்டது. முன்னே சொன்ன சங்கீத வித்துவான் பாடுகிறார். சாரீரம் கணகண வென்றிருக்கிறது; பாட்டுத் தெளிவாக இருக்கிறது; இசையோ உள்ளத்தை அள்ளுகிறது. கூட்டம் கடல் போலப் பரந்திருக்கிறது. இப்போது பக்தருக்குப் பாட்டிலே மனம் ஓடவில்லை. அந்தக் கூட்டத்தில் இறைவன் வருவதாகச் சொல்லியிருக்கிறானே என்று ஆர்வத்தோடு அவனைத் தேடினார். எங்கும் காணவில்லை. மக்களே எங்கும் நிறைந் திருந்தனர்.

திடீரென்று பாட்டு நின்றது. சங்கீத வித்துவானால் பாட முடியவில்லை. அவர் தொண்டை பேசவில்லை. கூட்டம் கலைந்துவிட்டது. அவரும் போய்விட்டார். கோயிலில் யாரும் இல்லை. இறைவன் நேரில் வருவதாக அருளினாரே, வரவில்லையே என்று பக்தர் மன வருத்தத்தோடு ஒரு மூலையில் சோர்வோடு உட்கார்ந்திருந்தார்.

அப்போது ஒருவர் அங்கே வந்தார். அவர் பாடத் தொடங்கினார். பக்தர் நிமிர்ந்து பார்த்தார். கோழை மிடற்றோடு முன்பு பாடினாரே அந்தப் பேர்வழி. அவர் பாடினார். அன்று பாடின மாதிரித்தான் பாடினார். 'ஐயோ! காக்கைக் குரலே!' என்று தோன்றியது பக்தருக்கு. வந்தவர் பாடிக்கொண்டிருந்தார்; கண்ணை மூடிக்கொண்டு வெறும் நாமங்களையே பாட்டைப்போல இழுத்துக்கொண்டிருந்தார். அதைக் கேட்கக் கேட்கப் பக்தருக்கு ஏதோ ஒருவித இன்பம் உண்டாயிற்று. அந்த நாமங்களை இருதயத்திலிருந்து அவர்

கூறினார்; அதனால்தான் பக்தருக்கு அது சுவையாக இருந்தது. அதற்குள் ஓர் அதிசயம் நிகழ்ந்தது. ஏழைக்கு முன்னே சிறிது தூரத்தில் சிவபெருமான் ஒரு பீடத்தின் மேல் எழுந்தருளியிருந்தான்! பக்தருக்குத் திடுக்கிட்டது. இறைவன் தலையை ஆட்டி ஆட்டி மகிழ்ந்து கொண்டிருந்தான். கண்ணை மூடிக்கொண்டு பாடிய ஏழை, இறைவன் அங்கே அமர்ந்திருப்பதை உணரவில்லை. அவர் கண்ணை மூடியபடியே கோழை மிடற்றோடு கவியோ கீர்த்தனமோ இல்லாத வெறுஞ் சொற்களைத் தம் மனம் போனபடி இசை போலப் பாடிக்கொண்டிருந்தார். இறைவன் ஒரு காலைக்கு ஒரு கால் மகிழ்ச்சி மீதூர்ந்து ஆடினான்.

அமர்ந்தபடியே அசைந்தாடியவன் எழுந்திருந்தே ஆனந்த நடனம் ஆடத் தொடங்கி விட்டான்.

திடீரென்று கனவு கலைந்தது. "அடடா! இன்னும் சிறிது நேரம் கனவு காணாமற் போனேனே! இறைவன் திருநடனத்தைத் தரிசித்துக்கொண்டே இருந்திருக்கலாமே!" என்று வருந்தினார் பக்தர்.

இப்போது அவருக்கு, ஈசன் யாருடைய பாட்டில் மகிழ்ச்சி அடைகிறான் என்பது தெளிவாகிவிட்டது. உள்ளத்தில் பக்தியோடு பாடுகிறவர்கள் கோழையால் இருமும் மிடறுடையவர்களாக இருக்கட்டும்; அதனாற் குறையில்லை. 'அவர்கள் பாடுவது கவியென்று கொள்வதற்குரியதன்று; கவியின் கோட்பாடு அதில் இல்லை' என்று சொல்லும்படி இருக்கட்டும்; அதனாலும் குற்றமில்லை. அது பாட்டாக இல்லாமல் சொற்களைப் பேசுகிற மாதிரி இருக்கிறது; அப்படி இருப்பினும் தாழ்வு இல்லை. அவர்கள் ஏழை; அதைப்பற்றிக் கொஞ்சங்கூடத் தடையே இல்லை. அவர்கள் அடியார்கள்; ஆதலின் ஈசன் அவர்களுடைய சொல்லிலே மகிழ்கிறான்.

இது கற்பனைக் கதை. ஆனாலும் ஞானசம்பந்தப் பெருமான் அருளிய தேவாரத்தின் கருத்தை வைத்துக் கட்டிய கற்பனை. அந்தத் தேவாரப் பாட்டைப் பார்க்கலாம்.

கோழைமிட றாக, கவி கொளும்இல ஆக, இசை
கூடும்வகையால்
ஏழைஅடி யாரவர்கள் யாவைசொன சொல்மகிழும்
ஈசன் இடமாம்.

[கோழையையுடைய தொண்டையாக இருக்கட்டும், பாடுகிற பாட்டுக்கள் கவியின் உருவத்தைக் கொள்ளுதல் இல்லாதனவாக இருக்கட்டும்; (குற்றம் இல்லை); தம்பால் இயன்ற வகையினாலே இசையோடு ஏழைகளாகிய அடியார்கள் சொன்ன சொற்கள் எவையோ அந்தச் சொற்களைக் கேட்டுத் திருவுள்ளம் மகிழுகின்ற இறைவன் எழுந்தருளியிருக்கும் இடமாகும் வைகாவூர் என்று சொல்ல வருகிறார்.

மிடறு - தொண்டை. ஆக - ஆகட்டும்; வியங்கோள். ஆக என்பதைச் செயவென்ற வாய்பாட்டுப் பெயரெச்சமாகக் கொண்டால் மிடறாகக் கவி என்று வல்லினம் மிகவேண்டும். சந்தம் நோக்கி வந்த செய்யுள் விகாரம் என்று சமாதானம் சொல்லலாம். ஆயினும் ஆக என்று வரும் இரண்டையும் ஆகட்டும் என்ற பொருளுடைய வியங்கோளாகக் கொள்ளுதல் சிறப்பு. கவிகோள் கவியின் உருவத்தைக் கொள்ளுதல். சாரீரம், சங்கீதம், சாகித்தியம் என்னும் மூன்றும் இல்லை என்றபடி. இசை தமக்குக் கூடுகிற வகையினால், சொன்ன சொல் யாவை, அவற்றை மகிழும் பாட்டாக நினைத்து அவர் பாடினும் அவை வெறும் சொற்கள் என்று குறிப்பிக்க, 'சொன சொல்' என்றார்.]

இனி அந்த இடம் இன்னதென்று சொல்லப் புகுகிறார் ஞானசம்பந்தப் பிள்ளையார். இயற்கையின் எழிலிலே இறைவனைக் கண்டு அந்த எழிலையும் வாயாரப் பாடும் தமிழ் விரகராதலின் இங்கே வைகாவூர்த் தலத்தின்

வளப்பத்தைச் சொற்சித்திரமாகத் தீட்டுகிறார். திருவைகாவூர் என்ற தலம் சோழநாட்டில் கும்பகோணத்துக்கு அருகில் இருப்பது. வைகா, வைகாவில், வைகாவூர் என்று அதன் பெயர் வழங்கும். சம்பந்தர் வைகாவில் என்று குறிக்கிறார். மயிலாப்பூருக்கு மயிலாப்பு, மயிலாப்பில், மயிலாப்பூர் என்று மூன்று வகையில் பெயர் வழங்கும். அதுபோன்றது இது.

வைகாவூர் மருத நிலத்தில் அமைந்திருப்பது. வயல்கள் மிகுதியாக உள்ள தலம் அது. வயலை அடுத்து ஒரு தோட்டம்; அங்கே வாழையும் கமுகும் தென்னையும் நன்றாக வளர்ந்திருக்கின்றன.

முதிர்ந்த தென்ன மரத்தில் நன்றாக முற்றிப் பழுத்த தேங்காய் காற்று வீசும்போது கீழே விழுகிறது. அந்த மரத்தைவிட இள மரம் ஒன்று அதைவிட உயரம் குறைவாக அருகே நிற்கிறது; மேலிருந்து விழுந்த மூதிய தேங்காய் இந்தச் சிறிய தென்ன மரத்தின்மேல் விழுந்து தாக்க, அதிலிருக்கின்ற இளநீர் குலையிலிருந்து பிய்ந்து விழுகிறது. முற்றின தேங்காயும் இளநீரும் கீழே விழும்போது தென்னமரத்தைவிடச் சிறிது குட்டையாக இருக்கும் கமுக மரத்தில் விழுகின்றன. அதனால் கமுகங் குலைகள் சிதறுகின்றன. மறுபடி அந்த இளநீரும் முற்றிய தேங்காயும் கமுகுக்கும் குட்டையாக வளர்ந்துள்ள வாழையின் மேல் விழுகின்றன. அந்த வாழை தாறு போட்டுப் பழுத்து நிற்கிறது. வாழைப்பழக் குலையின்மேல் இளநீரும் தேங்காயும் விழுந்து வாழைப் பழத்தை உதிரச் செய்கின்றன. அவை கீழே உள்ள வயல்களில் விழுகின்றன. உயரத்திலிருந்து விழுந்தமையாலும் தேங்காயால் அடிபட்டமையினாலும் வாழைப்பழம் பழமாக இராமல் பஞ்சாமிர்தமாகி விடுகிறது. வயலில் இப்படிப் பலகாலம் பழங்கள் சிதறிச் சிதைந்து ஊறிச் சேறு போல ஆகிவிடுகின்றன. இப்படி ஓர் இயற்கைக் காட்சியைத் திருவைகாவூரிலே வைத்து வருணிக்கிறார் சம்பந்தர்.

தாழைஇள நீர்முதிய காய்கமுகின் வீழநிரை
தாறுசிதறி

வாழையுதிர் வீழ்கனிகள் ஊறிவயல் சேறுசெயும் வைகாவிலே.

[தென்னையின் இளநீரும் முதிய காயும் கமுக மரத்தில் விழ, அதில் வரிசையாக உள்ள குலைகள் சிதற, அப்பால் அவை விழுந்த வாழை மரத்திலிருந்து உதிர்ந்து வீழ்ந்த கனிகள் ஊறி வயலிலே சேற்றைச் செய்யும் வைகாவில் என்ற தலம். மகிழும் ஈசன் இடம் வைகாவில் என்று கூட்ட வேண்டும்.

தாழை - தென்னை. முதிய காய் விழ, அது மோதியதால் கீழிருக்கும் தென்னையிலிருந்து இளநீரும் வீழ்ந்தது. நிரை- வரிசையாக உள்ள. தாறு- குலை; இங்கே கமுகங்குலை. சிதறி என்பதற்குச் சிதற என்று பொருள் கொள்க; எச்சத் திரிபு. உதிர் வீழ் கனிகள் - உதிர்ந்து வீழ்ந்த கனிகள்; வரிந்து புனைந்த பந்து என்ற பொருளில் வரிப்புனை பந்து என்று வந்தது போன்ற பிரயோகம் இது. சேறு செயும் - சேற்றை உண்டாக்கும். வைகாவில் - திரு வைகாவூர். ஏ: அசை நிலை.]

இங்கே சொன்ன வருணனையோடு ஒருபுடை ஒப்புமை உடையது, பின்வரும் சிந்தாமணிப் பாட்டில் வரும் வருணனை,

"காய்மாண்ட தெங்கின் பழம்வீழக் கமுகின் நெற்றிப் பூமாண்ட தீந்தேன் தொடைகீறி வருக்கை போழ்ந்து தேமாங் கனிசி தறிவாழைப் பழங்கள் சிந்தும் ஏமாங் கதமென் றிசையால் திசைபோய துண்டே."

நிலவளமும் நீர்வளமும் உள்ள திருவைகாவூரில் எழுந்தருளியிருக்கும் செல்வன் இறைவன். அவன் இருக்கும் இடம் செல்வம் நிறைந்தது. ஆயினும், ஏழைகளாக இருந்தாலும் அடியார்களாயின் அவர்கள் பாட்டு நன்றாக இல்லாவிட்டாலும் அவன் ஏற்றுக்கொள்வான்.

தென்னமரத்தின் இளநீரும் முதிய காயும் கமுகங் குலையும் வாழைக் கனிகளும் வளப்ப முடையனவானாலும் கீழே விழுந்து சிதைந்து சேறாவதுபோல் நல்ல இசையும் சாரீரமும்

உடையவராக இருந்தாலும் இறைவனுக்குப் பயன்படாவிட்டால் வீணானதற்கொப்பே என்ற குறிப்பும் இந்த வருணனையாற் பெறப்படும்.

கோழைமிட றாக, கவி கோளும்இல வாகஇசை
கூடும் வகையால்
ஏழைஅடி யார் அவர்கள் யாவைசொன சொல்மகிழும்
ஈசன் இடமாம்
தாழைஇள நீர்முதிய காய்கமுகின் வீழநிறை
தாறு சிதறி
வாழைஉதிர் வீழ்கனிகள் ஊறிவயல் சேறுசெயும்
வைகா விலே.

(பெற்ற வாயைப்போல மணம் வீசும் ஆம்பல் மலர்கள் உங்கள் அகன்ற மருத நிலத்தில் இருக்கின்றனவா?

கூம்பல்-குவிதல். அம்-அழகிய. ஊடு - உள்ளே. குனிக்கும்-ஆடும். பாடலரின்-பாடாதவரைப் போல. தேம்பல்-மெலிதலையுடைய. தேம்பினாலும் அழகுடையதென்று காட்ட, அஞ்சிற்றிடை என்றான். ஈங்கு இவள்-இவள்; இரண்டும் ஒரு சொல்லாக நின்றன. தீங்கனிவாய்-இனிய கனிச்சுவையையுடைய வாய். வாய்போலக் கமழும். போது-இங்கே பூ. அளிகாள்-வண்டுகளே. அகன்பணை-அகன்ற மருதநிலம்.)

திருக்கோவையாரில் 11-ஆம் பாடலாகிய இது 'நலம் புனைந்து உரைத்தல்' என்னும் துறையமைந்தது. காதலியின் அழகைக் காதலன் பாராட்டிச் சொல்லுதல் என்பது அதன் பொருள்.

"பொங்கிழையைப் புனைநலம் புகழ்ந்து
அங்கதிர் வேலோன் அயர்வு நீங்கியது"

என்பது அந்தத் துறையை விளக்கும் கொளு. 'அழகு மிக்க அணிகளை அணிந்த காதலியின் பாராட்டுதற்குரிய அழகைப் புகழ்ந்து, அழகிய சுடர் வீசும் வேலையுடையவன் தன் தளர்ச்சி நீங்கி இன்புற்றது' என்பது இதன் பொருள்.

திருக்கோவையாருக்குப் பேராசிரியர் எழுதிய பழைய உரை ஒன்று உண்டு. அதில் கனிவாய் என்பதற்கு, 'கனிந்த வாய்' என்று உரை எழுதுகிறார். கூம்பலங்கைத் தலம் என்ற தொடரில் அல், அம் என்ற இரண்டு சாரியை என்று கொண்டு, கூம்பு கைத்தலம் என்று வினைத்தொகையாக்கிப் பொருள் கூறுகிறார். வினைத்தொகையில் சாரியை இவ்வாறு சேர்ந்து வருவது இல்லை. 'புனைநலம் என்றது புனையப்பட்ட இயற்கை நலத்தை' என்பர்.

'இயற்கையன்பினாலும் அவள் குணங்களால் தோன்றிய செயற்கையன்பினாலும் கடாவப்பட்டு நின்ற தலைமகன் தனது அன்பு மிகுதியை உணர்த்துதல் என்பது' என்று இதற்குரிய துறைப் பொருளை விளக்குவார். அன்பு மிகுதியை அவ ளுடைய அழகைப் பாராட்டும் வாயிலாகப் புலப்படுத்தினான்.

முற்றும்.

★ ★ ★

9 788199 925342

Printed at Repro India Ltd.